ഖലീൽ ജിബ്രാൻ

ഖലീൽ ജിബ്രാൻ (1883-1931) ലബണനിൽ ജനനം. നോവലിസ്റ്റ്, മിസ്റ്റിക് കവി. ക്രിയാത്മക ജീവിതത്തിലേറെ പങ്കും അമേരിക്ക യിൽ ചെലവിട്ടു. അറബിയിലെയും ഇംഗ്ലീഷിലെയും അദ്ദേഹ ത്തിന്റെ രചനകൾ അനേകായിരങ്ങളെ സ്വാധീനിച്ചു. അദ്ദേഹ ത്തിന്റെ രചനകളിലേറെയും തന്റെ ആഴമേറിയ മത-മിസ്റ്റിക് കാഴ്ചപ്പാടുകൾ പ്രതിഫലിപ്പിക്കുന്നു. ദി പ്രൊഫെറ്റ് 1923 ൽ പ്രസി ദ്ധീകരിക്കപ്പെട്ടു. ദി ഫോർ റണ്ണർ, സാന്റ് ആന്റ് ഫോം, ദി എർത്ത് ഗോഡ്സ്, ദി പ്രൊസഷൻ, ജീസസ് ദി സൺ ഓഫ് മാൻ എന്നിവ വിഖ്യാത കൃതികളിൽ ചിലത്. അന്ത്യം 1931 ഏപ്രിൽ 10 ന് ന്യൂയോർക്ക് സിറ്റിയിൽ.

ഷാഹിന ഇ. കെ.

എഴുത്തുകാരി, അധ്യാപിക. സ്വദേശം മലപ്പുറം ജില്ലയിലെ പെരി ന്തൽമണ്ണ. 'അനന്തപത്മനാഭന്റെ മരക്കുതിരകൾ' (ചെറുകഥകൾ), ആറു കഥാകൃത്തുക്കൾക്കൊപ്പം ചേർന്ന് 'ആറ്' എന്നീ പുസ്ത കങ്ങൾ പ്രസിദ്ധീകരിച്ചു.

പുതുമഴച്ചൂരുള്ള ചുംബനങ്ങൾ (കഥകൾ – മാതൃഭൂമി ബുക്സ്) അച്ചടിയിൽ.

ഗൃഹലക്ഷ്മി കഥാപുരസ്കാരം, അറ്റ്ലസ് – കൈരളി കഥാപുര സ്കാരം, അങ്കണം അവാർഡ്, കടത്തനാട്ട് മാധവിയമ്മ കവിതാ പുരസ്കാരം, കമല സുരയ്യ പുരസ്കാരം, അവനീ ബാലപുരസ്കാ രം, കാവ്യകൈരളീപുരസ്കാരം എന്നിവ നേടി. ഇപ്പോൾ മലപ്പുറം ജില്ലയിലെ ഇരുമ്പുഴി ഗവ. ഹയർസെക്കണ്ടറി സ്കൂളിൽ ജോലി ചെയ്യുന്നു.

വിലാസം : 'ഹസീന കോട്ടേജ്', ഹോസ്പിറ്റൽ റോഡ്, പെരിന്തൽമണ്ണ – 679322, മലപ്പുറം ജില്ല
ഇ-മെയിൽ – Shahinaek@gmail.com

Malayalam Language
Pravachakan
by
Khaleel Gibran
Original English Title
The Prophet
Translated by
Shahina E. K.

♦

Published in May 2014
Second Impression July 2024
by Kairali Books Private Limited
Thalikkavu Road, Kannur.
Ph : 0497 2761200
E-Mail : kairali_knr@yahoo.co.in

♦

Cover Design :
Siraj T. K.

12/14-15/Sl.No.610-300-NS 18.6
ISBN 978-93-84169-26-8

ഖലീൽ ജിബ്രാൻ
പ്രവാചകൻ

പരിഭാഷ

ഷാഹിന ഇ. കെ.

കൈരളി ബുക്സ്

വിവർത്തകക്കുറിപ്പ്

അങ്ങേയറ്റം ഏകാന്തമൊരു കാലത്താണ് 'പ്രവാചകൻ'
വിവർത്തനം കാത്ത് എന്നിലേക്കു വരുന്നത്.
ഏറെ മൊഴിമാറ്റം ചെയ്യപ്പെട്ടൊരു പുസ്തകം.
എന്നിട്ടും കടലാഴം പേറുന്ന, അതിനിഗൂഢമായ
ഈ പുസ്തകം മൊഴിമാറ്റത്തിന്നൊടുക്കം
എന്നെ കൂടുതൽ വിഭ്രമിപ്പിക്കുന്നു. ആശങ്കപ്പെടുത്തുന്നു.
ആഴങ്ങളിലേക്കു വലിക്കുന്നു.
കുടിയ്ക്കുംതോറും ദാഹിപ്പിക്കുന്നൊരു കടൽപോലെ.
പലപ്പോഴും ആഴങ്ങളിൽ തൊട്ടു കിതച്ചു നിന്നിട്ടുണ്ട്.
ജലപ്പരപ്പിൽ പോലും തൊടാനാവാതെ
വിവശയായിത്തീർന്നിട്ടുണ്ട്.
ഒരു ശ്രമം. അത്രമാത്രം. വാക്കും നിശ്ശബ്ദതയും
കൊണ്ടു പൊതിഞ്ഞുനിന്ന ബിന്ദുവിന്, കടപ്പാട്.
മൊഴിമാറ്റത്തിന് നിർദേശങ്ങളേറെ തന്ന സീനയ്ക്ക് നന്ദി.
ബിനിതയ്ക്കും.
– തീർച്ചയായും ആ അജ്ഞാതശക്തിയ്ക്കും.
എല്ലാ അപൂർണതകളോടെയും
എന്റെ പ്രിയവായനക്കാരനു സമർപ്പിക്കുന്നു.

പെരിന്തൽമണ്ണ   ഷാഹിന ഇ. കെ.

തിരഞ്ഞെടുക്കപ്പെട്ടവനും പ്രിയമുള്ളവനും സ്വദിനത്തിന്റെ ഉണർവുമായ അൽമുസ്തഫ ഓർഫലീസ് നഗരിയിൽ പോയ പന്ത്രണ്ടാണ്ടുകളായി കാക്കുകയായിരുന്നു, ജന്മഭൂമിയിലേക്ക് തന്നെ തിരികെയണയ്ക്കാനെത്തുന്ന ഈ യാനത്തിനായി.

അവിടെയെത്തിച്ചേർന്ന പന്ത്രണ്ടാമത്തെ വർഷം കൊയ്ത്തു കാലമായ ഇലൂലിന്റെ ഏഴാംദിനം അവൻ നഗരാതിർത്തിക്കു പുറത്തുള്ള കുന്നിൻമുകളേറുകയും കടലിൽ ദൂരങ്ങളിൽ നിന്ന് മൂടൽമഞ്ഞണിഞ്ഞ് തന്റെ യാനമണവതും കണ്ടു.

അവന്റെ ഹൃദയകവാടമപ്പോൾ തുറക്കപ്പെട്ടു. ആഹ്ലാദം കടൽകടന്നു. നിമീലിതനേത്രനായി അവൻ തന്റെയാത്മാവിന്റെ നിശ്ശബ്ദതയിൽ പ്രാർഥിച്ചു. പക്ഷേ, കുന്നിറങ്ങിയപ്പോൾ കനമേറിയൊരു ദുഃഖത്തിന്റെ നിഴൽ അവനുമീതെ പറന്നിറങ്ങി. അവന്റെ ഹൃദയം ചിന്തിച്ചു.

ദുഃഖത്തിന്റെ പോറലുകളില്ലാതെ എനിക്കെങ്ങനെയാണ് സമാധാനത്തോടെ ഇവിടം വിട്ടകലാനാവുക? ഇല്ല, ആത്മാവിൽ ഒരു മുറിവോടെയല്ലാതെ എനിക്കീ നഗരിയെ പിരിയുക അസാധ്യമാണ്.

ഒരുപാടു നോവുകളുടെ ദിനങ്ങളും ഒരുപാട് ഏകാകിത യുടെ ഇരവുകളും ഞാനീ ചുവരകത്ത് ചെലവിട്ടു. ആർക്കാണ് നൈരാശ്യങ്ങളേതുമില്ലാതെ സ്വന്തം ഏകാകിതയോടും നോവുകളോടും യാത്ര പറയാനാവുക?

എന്റെയാത്മാവിന്റെ എത്രയോ ശകലങ്ങൾ ഈ തെരുവിൽ ചിതറിക്കിടപ്പുണ്ട്. എന്റെ സ്വപ്നങ്ങളുടെ എത്രയോ ശിശുക്കൾ നഗ്നരായി ഈ കുന്നുകളിലൂടെ അലഞ്ഞുനടപ്പുണ്ട്. അവയിൽ നിന്നെല്ലാം നോവേൽക്കാതെ പിന്തിരിയുക എനിക്കാവില്ല.

ഈ വേർപെടലാട്ടെ, ഒരു ദിനം കൊണ്ടുരിഞ്ഞെറിയാവു ന്നൊരുടുപ്പല്ലെനിയ്ക്ക്. മറിച്ച് എന്റെ കരങ്ങളാൽ ഞാൻ ചീന്തിയെടുത്തെറിയേണ്ടി വരുന്ന എന്റെ ത്വക്കാണ്. കടന്നുപോകുമ്പോൾ എനിക്കു പിറകെ വെറുതെയുപേക്ഷിച്ചു പോകാവുന്നൊരു ചിന്തയല്ലത്. മറിച്ച് പൈദാഹങ്ങളുള്ള മധുരതരമൊരു ഹൃദയമാണ്.

എന്നിരുന്നാലും ഏറെ നാൾ തുടരുക വയ്യ. എല്ലാറ്റി നെയും തന്നിലേയ്ക്കണക്കുന്ന കടൽ എന്നെ അവളിലേക്കു വിളിക്കുന്നു. എനിയ്ക്ക് യാത്ര തുടരണം. ഇവിടെത്തന്നെ നിലനിൽക്കുകയെന്നാൽ രാവിലേക്ക് വിനാഴികകൾ കത്തിയെരിയുന്നുവെങ്കിലും മരവിക്കുകയും പരലുകളാവുകയും ഒരു മൺകൂനയിൽ ബന്ധിതനാവുകയും ചെയ്യുക എന്നാവുമർഥം. ഇവിടെയുള്ളയത്രയും എനിക്കൊപ്പം കൊണ്ടുപോവാൻ ഞാനാശിക്കുന്നു. എന്നാൽ അതെപ്രകാരം സാധ്യമാവും?

ഒരു വാക്കിന് അതുറവപൊട്ടുന്ന നാവിനെ, അതിനു ചിറകുകളേകിയ അധരങ്ങളെ വഹിയ്ക്കുക അസാധ്യമാണ്. അത് തീർച്ചയായും തനിയെ തേടണം. ഒരു പരുന്തിനാട്ടെ, തന്റെ പഞ്ജരമുപേക്ഷിച്ച് സൂര്യനെ തനിയെ കുറുകെ കടക്കണം.

മലയടിവാരത്തെത്തുമ്പോൾ അവൻ വീണ്ടും കടലി ലേക്കുതിരിഞ്ഞു. അവന്റെ യാനമന്നേരം തുറമുഖത്തോടണ യുകയായിരുന്നു. അവളുടെ അണിയത്തിൽ സ്വദേശികരായ നാവികരെ അവൻ കണ്ടു. അവന്റെ ആത്മാവ് അവരോട്

കരഞ്ഞു. അവൻ പറഞ്ഞു: "എന്റെ ചിരപുരാതന മാതാവിന്റെ
പുത്രന്മാരെ, തിരയാത്രികരേ, ഏറെത്തവണ നിങ്ങളെന്റെ
സ്വപ്നങ്ങളിലൂടെ സഞ്ചരിച്ചു. ഇപ്പോളിതാ നിങ്ങളെന്റെ
ജാഗരങ്ങളിലേക്കണയുന്നു. ഞാനിതാ പോവാനൊരുങ്ങി
ക്കഴിഞ്ഞു. പൂർണം നിവർത്തപ്പെട്ട പായയോടെ ഞാൻ കാറ്റിന്റെ
വരവു കാക്കുന്നു.
ഈ നിശ്ചലാന്തരീക്ഷത്തിൽ മറ്റൊരു ശ്വാസം മാത്രം ഞാൻ
ശ്വസിയ്ക്കും. സ്നേഹപൂർണമായ മറ്റൊരു നോട്ടം മാത്രം
പുറകോട്ടയക്കും. പിന്നെ കടൽ യാത്രികർക്കിടയിൽ മറ്റൊരു
കടൽയാത്രികനായി ഞാൻ നിങ്ങൾക്കിടെ നിൽക്കും.

അപാരസാഗരമേ, നിദ്രകൊള്ളുന്ന അമ്മേ, നീ മാത്രമാണ്
നദികളുടെയും അരുവികളുടെയും ശാന്തിയും സമാധാനവും.
ഈ അരുവി ഒരു തവണകൂടി മാത്രം വളഞ്ഞൊഴുകും.
ഈ താഴ്വാരത്തിൽ ഒറ്റത്തവണകൂടി മർമരമാകും. പിന്നീട്
ഞാൻ നിന്നിലണയും. പരിധിയറ്റൊരൊറ്റത്തുള്ളിയായി
അനന്തതയുടെ സമുദ്രത്തിലേയ്ക്ക്.

നടക്കേ, ദൂരെ നിന്ന് സ്ത്രീപുരുഷന്മാർ അവരുടെ
മുന്തിരിത്തോപ്പുകൾ വിട്ട് നഗര കവാടത്തിലേയ്ക്ക്
തിടുക്കപ്പെട്ടുവരുന്നത് അവൻ കണ്ടു.
അവരുടെ ശബ്ദങ്ങൾ തന്റെ നാമം ചൊല്ലി വിളിപ്പതവൻ കേട്ടു.
യാനത്തിന്റെ എത്തിച്ചേരലിനെക്കുറിച്ച് ഓരോരുത്തരും
മറ്റുള്ളവരോട് ഉറക്കെ വിളിച്ചറിയിക്കുന്നതും.

അവൻ സ്വയമുരുവിട്ടു:
ഈ വിടപറയൽ ദിനം ഒരു കൂടിച്ചേരലിന്റെ ദിനമാകുമോ?
എന്റെ സായന്തനം സത്യത്തിലെന്റെ പ്രഭാതമാണെന്നു
പറയപ്പെടുമോ?
ഈ നേരം തന്റെ കലപ്പയെ ഉഴവുചാലിലുപേക്ഷിച്ചവന്,
മുന്തിരിച്ചക്കിന്റെ ചക്രങ്ങളെ നിശ്ചലമാക്കിയവന് ഞാനെന്തു
തിരികെയേകും?

എന്റെ ഹൃദയം ഫലഭരിതമായ ഒരു വൃക്ഷമായിടുമോ?
എനിയ്ക്കാ കനികളിറുത്ത് അവർക്കേകൊനാവുന്ന പോലെ.
അവരുടെ പാനപാത്രങ്ങളെ നിറയ്ക്കാനാവുന്ന ഒരുറവയായി
ത്തീരുമോ എന്റെയാഗ്രഹങ്ങൾ? ദേവകരങ്ങൾ
സ്പർശിക്കുന്നൊരു വീണയായിടുമോ ഞാൻ?
എന്നിലൂടെ ദേവശ്വാസം കടത്തിവിടുമൊരു
പുല്ലാങ്കുഴലാവുമോ ഞാൻ?

നിശ്ശബ്ദതയുടെ അന്വേഷകനാണ്, ഞാൻ.
ആത്മവിശ്വാസത്തോടെ കൈമാറാവുന്ന ഏതുനിധിയാണ്
ഞാനാ നിശ്ശബ്ദതകളിൽ നിന്നും കണ്ടെത്തിയത്?

ഇതെന്റെ തിനകൊയ്ത്തു ദിനമെങ്കിൽ ഏതുമണ്ണിലാണ്
ഞാൻ വിതച്ചത്, ഓർത്തെടുക്കാനാവാത്ത ഏതേതു ഋതുക്കളിൽ?

ഞാനെന്റെ ശരറാന്തൽ നാളമുയർത്തിപ്പിടിക്കുന്ന
വിനാഴികയെങ്കിൽ അതിനകമെരിയുന്നത്
എന്റെ നാളമായിരിയ്ക്കില്ല.
ശൂന്യതയും ഇരുട്ടും. ഞാനെന്റെ ശരറാന്തലുയർത്തട്ടെ.
രാവിന്റെ കാവലാളായ ദൈവം അതിനെ എണ്ണയാൽ
നിറയ്ക്കയും വെളിച്ചം കൊളുത്തുകയും ചെയ്യും.

അവനിക്കാര്യങ്ങൾ വാക്കുകളാൽ പറഞ്ഞു. എങ്കിലും
അവന്റെ ഹൃദയത്തിലേറെയും പറയപ്പെടാതെയവശേഷിച്ചു.
അവനിലെ ആഴമേറിയ രഹസ്യങ്ങൾ
അവനുപോലുമുരിയാടാനായില്ല.

അവൻ നഗരത്തിലേക്കണയേ ഏകസ്വരിതത്തിൽ
നിലവിളിച്ചുകൊണ്ട് മുഴുവൻ ജനങ്ങളും അവനെ
കാണാനായെത്തി.
ഗ്രാമവൃദ്ധർ പറഞ്ഞു : 'ഞങ്ങളിൽ നിന്നകലരുതേ.
ഞങ്ങളുടെ സായന്തന പ്രകാശത്തിൽ നീയൊരു മധ്യാഹ്നമായി

രുന്നു ഞങ്ങൾക്ക്.
ഞങ്ങൾക്കിടെ നീയൊരപരിചിതനോ അതിഥിയോ
ആയിരുന്നില്ല, മറിച്ച് ഞങ്ങളുടെ പുത്രനായിരുന്നു.
ഏറെ പ്രിയമുള്ളവൻ.
നിന്റെ യൗവനം ഞങ്ങൾക്ക് കാണുവാനേറെ സ്വപ്നങ്ങൾ
തന്നു. ഞങ്ങളുടെ കണ്ണുകൾ ഇനിയും നിന്റെ വദനത്തിനായ്
വിശപ്പനുഭവിയ്ക്കാതിരിക്കട്ടെ.

പിന്നീട് പുരോഹിതന്മാരും അവനോടു പറഞ്ഞു:
ഈ കടൽത്തിരമാലകൾ നമ്മെയിപ്പോൾ
വേർപിരിക്കാതിരിക്കട്ടെ. ഞങ്ങൾക്കിടെ നീ ചെലവിട്ട
വർഷങ്ങൾ ഒരു സ്മൃതി മാത്രമായിത്തീരട്ടെ.
ഞങ്ങൾക്കിടയിലൂടെ നീയൊരാത്മാവു കണക്കേ സഞ്ചരിച്ചു.
നിന്റെ നിഴൽ ഞങ്ങളുടെ മുഖങ്ങളിൽ പ്രകാശം പരത്തി.
നിന്നെ ഞങ്ങളൊരുപാടു സ്നേഹിച്ചു. എന്നാൽ ആ സ്നേഹം
വാക്കുകളില്ലാത്തതായിരുന്നു.
മൂടുപടങ്ങളാൽ മറക്കപ്പെട്ടതും. ആ സ്നേഹമിപ്പോൾ
നിനക്കായി കരയുന്നു, ഉറക്കെ.
നിനക്കു മുൻപിൽ അതിനി അനാവൃതമായി നിലകൊള്ളുകയും
ചെയ്യും.
സ്നേഹം അതിന്റെയഗാധതയെ വേർപാടിന്റെ വിനാഴിക വരെ
അറിയുന്നില്ല. അതെന്നും അങ്ങനെയായിരുന്നുതാനും.

മറ്റുള്ളവരും വന്ന് അവനോടപേക്ഷിച്ചു. എന്നാലവൻ
അവർക്കാർക്കുമുത്തരമായില്ല. അവൻ നോവാൽ തല
കുനിച്ചിരുന്നു. കണ്ണീർത്തുള്ളികൾ അവന്റെ
നെഞ്ചിലേക്കിറ്റുന്നത് അവനരികെ കൂടി നിന്നവർ കണ്ടു.
പിന്നീട് ആൾക്കൂട്ടവും അവനും ദേവാലയത്തിനു മുൻപിലെ
ചത്വരത്തിലേക്കു പുറപ്പെട്ടു.
ചത്വരത്തിലെ വിശുദ്ധസ്ഥലത്തുനിന്നും അപ്പോളൊരു
പെൺകിടാവിറങ്ങി വന്നു. അവളൊരു സന്ന്യാസിനിയായിരുന്നു.
അൽമിത്ര.

അങ്ങേയറ്റം മൃദുവായി അവൻ അവളെ നോക്കി.
കാരണം ആ നഗരിയിൽ വന്ന് ആദ്യദിനം അവനെ ആദ്യമായി
കണ്ടെത്തിയതും അവനിൽ വിശ്വസിച്ചതും
അൽമിത്രയായിരുന്നു.

അവളിപ്രകാരം അവനെ സ്തുതിച്ചു. ദേവപ്രവാചകാ,
ഉദാത്തമായതിനായുള്ള അന്വേഷണത്തിൽ നീ നിന്റെ
യാനത്തിനായ് ഏറെ തിരഞ്ഞു. ഇപ്പോളിതാ നീ
കാത്ത യാനം വന്നുചേർന്നിരിയ്ക്കുന്നു.
നിനക്ക് പോവേണ്ടതുണ്ട്.
നിന്റെ സ്മൃതികളുടെ, മഹാഭിലാഷങ്ങളുടെ ഇടത്തിനായുള്ള
നിന്റെ കാമന അഗാധമാണ്.
ഞങ്ങളുടെ സ്നേഹം നിന്നെ ബന്ധിക്കുകയോ ഞങ്ങളുടെ
ആവശ്യങ്ങൾ നിന്നെ പിടിച്ചുനിർത്തുകയോ ചെയ്യുകയില്ല.
എങ്കിലും ഞങ്ങളിൽ നിന്നകലും മുൻപ് നീ ഞങ്ങളോട്
സംസാരിക്കണം. നിന്റെ ഉണ്മയെ ഞങ്ങൾക്കു പകർന്നു
നൽകണം. ഞങ്ങളത് ഞങ്ങളുടെ കുഞ്ഞുങ്ങൾക്കും അവരത്
അവരുടെ കുഞ്ഞുങ്ങൾക്കുംപകരും. അങ്ങനെ അതനശ്വരമായി
നിലകൊള്ളും.

നിന്റെ ഏകാകിതയിൽ നീ ഞങ്ങളുടെ ദിനങ്ങൾക്ക്
കാവലായി. നിന്റെ ജാഗരങ്ങളിൽ നീ ഞങ്ങളുടെ നിദ്രകളുടെ
ചിരിയും വിതുമ്പലും കേട്ടു.
അതിനാൽ നീയിപ്പോൾ ഞങ്ങളെ ഞങ്ങൾക്കു
വെളിപ്പെടുത്തുക. നീയറിഞ്ഞ ജനിമൃതികൾക്കിടയിലെ
സകലജ്ഞാനങ്ങളേയും.

അവനുത്തരമരുളി.
'ഓർഫലീസിലെ ജനങ്ങളേ, നിങ്ങളുടെ ആത്മാക്കളിലാന്തരിക
മായി ചലിച്ചുകൊണ്ടിരിക്കുന്നതിനെക്കുറിച്ചല്ലാതെ
എനിയ്ക്കു മറ്റെന്തു സംസാരിക്കാനാവും?'

സ്നേഹം

അപ്പോൾ അൽമിത്ര പറഞ്ഞു:
"ഞങ്ങളോട് സ്നേഹത്തെക്കുറിച്ചു വചിച്ചാലും".
അവൻ തലയുയർത്തി ആൾക്കൂട്ടത്തെ നോക്കി. അവർക്കുമേൽ
ഒരു നിശ്ചലത വീണുകിടന്നിരുന്നു.
ഉറപ്പേറിയ ശബ്ദത്തിലവൻ പറഞ്ഞു: 'സ്നേഹം നിങ്ങളെ
വിളിയ്ക്കുമ്പോൾ നിങ്ങളവനെ തുടരുക, അവന്റെ പാത ഏറെ
കാഠിന്യമേറിയതും ചെങ്കുത്തായതുമാണെങ്കിൽ കൂടി.
അവന്റെ പക്ഷങ്ങൾ നിങ്ങളെ വലയം ചെയ്യുമ്പോൾ
അവനു വഴങ്ങുക.
അവന്റെ തൂവലുകൾക്കിടെയെയൊളിപ്പിക്കപ്പെട്ട വാളിന്റെ മൂർച്ച
നിങ്ങളെയൊരുപക്ഷേ മുറിവേൽപ്പിക്കാമെങ്കിലും.

അവൻ നിങ്ങളോടുരിയാടുമ്പോൾ അവനിൽ
വിശ്വസിക്കുക. പൂന്തോപ്പിനെ വടക്കൻകാറ്റ് ചിതറിത്തെറിപ്പിക്കും
പോലെ അവന്റെ നാദം നിങ്ങളുടെ സ്വപ്നങ്ങളെ
ചിതറിച്ചേക്കാമെങ്കിലും. എന്തെന്നാൽ സ്നേഹം നിങ്ങളെ
കിരീടമണിയിക്കുംപോലെ ക്രൂശിക്കുകയും ചെയ്യും.
അവൻ നിങ്ങളുടെ ഉയർച്ചയ്ക്കായ് നിലകൊള്ളുംപോലെ
നിങ്ങളുടെ ശാഖികളെ പാടേ ഛേദിച്ചുകളയുകയും ചെയ്യും.
സൂര്യനിൽ വിറകൊള്ളുന്ന നിങ്ങളുടെ തളിരിലം ശാഖികളെ
ഓമനിക്കുംപോലെ അവൻ നിങ്ങളുടെ
വേരാഴങ്ങളിലേക്കാണ്ടിറങ്ങുകയും മണ്ണുമായുള്ള അവയുടെ
ഗാഢസ്പർശത്തെ ഇളക്കി മാറ്റിക്കളയുകയും ചെയ്യും.
കതിർക്കറ്റകൾ കണക്കേ അവൻ നിങ്ങളെ തനിക്കായി
ശേഖരിക്കുന്നു. സുതാര്യരാവുന്നതിനായി അവൻ നിങ്ങളെ
നിരന്തരം മെതിക്കുന്നു.
പുറംതോടുകളിൽ നിന്നടരുവതിന്നായി അവൻ നിങ്ങളെ
പാറ്റിയെടുക്കുന്നു.
വെണ്മയിലേക്ക് അവൻ നിങ്ങളെ രാകിയെടുക്കുന്നു.
മൃദുവാകുവോളം അവൻ നിങ്ങളെ കുഴച്ചെടുക്കുന്നു.

വിശുദ്ധദേവവിരുന്നിലെ ദിവ്യമായ അപ്പമായിത്തീരാനായി
അവൻ നിങ്ങളെ തന്റെ യാഗാഗ്നിയിൽ ജ്വലിപ്പിക്കുന്നു.
നിങ്ങളുടെ ഹൃദയത്തിന്റെ നിഗൂഢതകളെ നിങ്ങൾക്കു
മുൻപിലനാവരണം ചെയ്യാനായും, അനാവരണം ചെയ്യപ്പെട്ട
ആ അറിവിൽ നിങ്ങൾ ജീവിതഹൃദയത്തിന്റെ ഒരംശ
മായിത്തീരാനും വേണ്ടി സ്നേഹം ഇവ്വിധമൊക്കെ ചെയ്യും.

ഭയത്താൽ സ്നേഹത്തിന്റെ ആഹ്ലാദങ്ങളും
സമാധാനവും മാത്രമാണ് നിങ്ങൾഅന്വേഷിക്കുവതെങ്കിൽ,
നിങ്ങളുടെ നഗ്നതയെ മറച്ച് സ്നേഹത്തിന്റെ മെതിനിലത്തു
നിന്ന് പൊയ്ക്കളയുന്നതാണ് നല്ലത്.

ഋതുഭേദങ്ങളറ്റ, ചിരിക്കാനാവുന്ന, എന്നാൽ പൂർണമായി
ചിരിക്കാനാവാത്ത, കരയാൻ കഴിയുന്ന എന്നാൽ മുഴുവൻ
കണ്ണീരും ചൊരിക വയ്യാത്ത ഒരു ലോകത്തിലേക്ക് സ്നേഹം
അതിനെത്തന്നെയല്ലാതെ മറ്റൊന്നും തരുന്നില്ല. സ്നേഹം
ഒന്നിനെയും സ്വന്തമാക്കുന്നില്ല. സ്നേഹത്തെയും
സ്വന്തമാക്കുക വയ്യ.
എന്തെന്നാൽ സ്നേഹം അതിൽത്തന്നെ പൂർണമാകുന്നു.
സ്നേഹിക്കുമ്പോൾ 'ദൈവം എന്റെ ഹൃത്തിലുണ്ട്' എന്നു
നിങ്ങൾ പറയായ്ക; മറിച്ച്, 'ഞാൻ ദൈവത്തിന്റെ
ഹൃത്തിലുണ്ടെ' ന്നു പറയുക.

ഓർക്കുക, നിങ്ങൾക്ക് സ്നേഹത്തിന്റെ ഗതിവിഗതികളെ
നയിക്കാനാവുമെന്നോർക്കരുത്.
സ്നേഹത്തിൽ പൂർണമാകുകയെന്നല്ലാതെ സ്നേഹത്തിന്
മറ്റാഗ്രഹങ്ങളില്ല. നിങ്ങൾക്ക് സ്നേഹിക്കുകയും ആഗ്രഹങ്ങൾ
വേണമെന്നുമുണ്ടെങ്കിൽ ഇവയാട്ടെ നിങ്ങളുടെ ആഗ്രഹങ്ങൾ:
ഉരുകി, രാവോട് രാഗങ്ങളാലപിക്കുന്നൊരരുവിയാവുക.
അതിമൃദുവാകുന്നതിന്റെ നോവറിയുക. സ്നേഹത്തെക്കുറിച്ചുള്ള
നിങ്ങളുടെ തിരിച്ചറിവുകളാൽ മുറിവേൽക്കപ്പെട്ടവരാവുക;
സ്വമനസ്സാലെയും ആഹ്ലാദപൂർണമായും രക്തംചൊരിയുക.

ചിറകാർന്ന ഹൃത്തോടെ പ്രഭാതങ്ങളിലുണർന്നെണീക്കുകയും
സ്നേഹത്തിന്റെ മറ്റൊരു ദിനത്തിന് നന്ദിയോതുകയും ചെയ്ക;
മധ്യാഹ്നത്തിൽ വിശ്രമം കൊള്ളുകയും സ്നേഹത്തിന്റെ
ഉന്മാദത്തെ ധ്യാനിക്കുകയു ചെയ്യുക.
സായന്തനക്കാറ്റിനൊപ്പം നന്ദിപൂർവം കൂടണയുകയും
അധരങ്ങളിൽ ഒരു സ്തുതിഗീതത്തോടെയും നിങ്ങളുടെ
സ്നേഹഭാജനത്തിനായി പ്രാർഥനാപൂർവവും ഉറങ്ങുക.

വിവാഹം

അൽമിത്ര വീണ്ടും ചോദിച്ചു:
"വിവാഹത്തെക്കുറിച്ച് എന്തുപറയുന്നു?"
അവനീവിധമുത്തരമേകി:
നിങ്ങളൊരുമിച്ചു പിറന്നു. എന്നേയ്ക്കുമൊരുമിച്ചുതന്നെയായിരി
ക്കുക.
നിങ്ങളുടെ ദിനങ്ങളെ മരണമതിന്റെ വെൺചിറകുകളാൽ
ചിതറിക്കുമ്പോഴും നിങ്ങളൊരുമിച്ചായിരിക്കും.
ദൈവത്തിന്റെ നിശ്ശബ്ദസ്മൃതിയിൽ പോലും
നിങ്ങളൊരുമിച്ചായിരിക്കും.
എങ്കിലും നിങ്ങളുടെ ഏകതയിലും ശൂന്യസ്ഥലികൾ
സൂക്ഷിക്കുക. സ്വർഗത്തിന്റെയിളം കാറ്റ് നിങ്ങൾക്കിടെ നൃത്തം
വയ്ക്കട്ടെ. നിങ്ങൾ പരസ്പരം സ്നേഹിക്കുക.
എങ്കിലും ഒരു സ്നേഹബന്ധം സൃഷ്ടിയ്ക്കാതിരിക്കുക.
നിങ്ങളുടെ ആത്മാക്കളുടെ തീരത്തുകൂടിച്ചലിക്കുന്ന
ഒരു കടലായിരിക്കാൻ അതിനെ അനുവദിക്കുക.

പരസ്പരം പാനപാത്രങ്ങളെ നിറക്കുക. എന്നാൽ ഒരേ
പാത്രത്തിൽ നിന്നുമാത്രം പാനം ചെയ്യരുത്.
നിങ്ങളുടെ അപ്പം അന്യോന്യമേകുക. എന്നാൽ ഒരേയപ്പത്തിൽ
നിന്നുമാത്രം ഭക്ഷിക്കാതിരിക്കുക.
ഒരുമിച്ച് നൃത്തമാടുകയും ഗാനമാലപിക്കുകയും
ആഹ്ലാദചിത്തരായിരിക്കുകയും ചെയ്യുക.

എങ്കിലും പരസ്പരമേകരായിരിക്കാനനുവദിക്കുക.
കിന്നരത്തിന്റെ തന്ത്രികൾ ഏകാന്തമായി നിലകൊള്ളുകയും
ഒരേ സംഗീതത്താൽ വിറകൊള്ളുകയും ചെയ്യുംപോലെ.
ഹൃദയങ്ങൾ നൽകുക. എന്നാൽ അന്യോന്യം
സൂക്ഷിക്കാനാവരുത്. എന്തെന്നാൽ, ജീവിതത്തിന്റെ
കരങ്ങൾക്കുമാത്രമേ നിങ്ങളുടെ
ഹൃദയങ്ങളെ ഉൾക്കൊള്ളാനാവൂ. ഒരുമിച്ചു ചേർന്നുനിൽക്കുക,
എങ്കിലും ഒരുപാടു ചേർന്നാവരുത്. എന്തെന്നാൽ ദേവാലയ
ത്തിന്റെ തൂണുകൾ വേർപെട്ടു നിലകൊള്ളുന്നു. ഓക്കുമരവും
സൈപ്രസും അന്യോന്യം നിഴലുകളിൽ തഴക്കുന്നില്ല.

കുഞ്ഞുങ്ങൾ

അനന്തരം കുഞ്ഞിനെ മാറോടടക്കിപ്പിടിച്ച പെൺകൊടി
പറഞ്ഞു, "ഞങ്ങളോട് കുഞ്ഞുങ്ങളെക്കുറിച്ചു പറഞ്ഞാലും".
അവനുത്തരമായി.

നിങ്ങളുടെ കുഞ്ഞുങ്ങൾ നിങ്ങളുടേതല്ല. ജീവിതത്തിന്
അതിനോടുതന്നെയുള്ള കാമനകളുടെ ആൺകുഞ്ഞുങ്ങളും
പെൺകുഞ്ഞുങ്ങളുമാണ് അവർ.
അവർ നിങ്ങളിലൂടെ വരുന്നു. നിങ്ങളിൽനിന്നല്ല.
അവർ നിങ്ങൾക്കൊപ്പമാണെങ്കിലും നിങ്ങൾക്ക് സ്വന്തമല്ല.
എന്തെന്നാൽ അവർക്ക് സ്വന്തം ചിന്തകളുണ്ട്.
നിങ്ങൾക്ക് അവരുടെ ശരീരങ്ങളുടെ അധികാരികളാവാം,
പക്ഷേ ആത്മാക്കളുടേതാവില്ല.
എന്തെന്നാൽ സ്വപ്നങ്ങളിൽ പോലും നിങ്ങൾക്കു
സന്ദർശിക്കുവാനാവാത്ത നാളെയുടെ ഗൃഹങ്ങളിൽ
അവരുടെയാത്മാക്കൾ കുടികൊള്ളുന്നു. നിങ്ങൾക്ക്
അവരെപ്പോലെയാവാൻ ശ്രമിക്കാം. പക്ഷേ അവരെ
നിങ്ങളെപ്പോലെയാക്കാൻ ശ്രമിക്കരുത്.
കാരണം ജീവിതം പിന്നോട്ടു സഞ്ചരിക്കുന്നില്ല.
ഇന്നലെകളുമായൊരുമിച്ചു ചേരുന്നില്ല.

നിങ്ങളുടെ വില്ലുകളിൽ നിന്നുത്ഭവിക്കുന്ന ജീവൻ തുളു
മ്പുന്ന ശരങ്ങളാണ് നിങ്ങളുടെ കുഞ്ഞുങ്ങൾ. വില്ലാളി അനന്തത
യിൽ തന്റെ ലക്ഷ്യബിന്ദുവെ ദർശിക്കുന്നു. അവന്റെ ശരങ്ങൾ
അതിവേഗം ദൂരേക്കു പോവതിന്നായി അവൻ നിങ്ങളെ
അപാരശക്തിയോടെ കുലയ്ക്കുന്നു.
വില്ലാളിയുടെ കൈകളിലുള്ള നിങ്ങളെന്ന വില്ലിന്റെ വളയൽ
ആഹ്ലാദത്തിനാവട്ടെ.
എന്തെന്നാൽ വേഗം പൂണ്ട ശരങ്ങളെയെന്ന പോലെ
ദൃഢതരമായ വില്ലിനെയും അവൻ സ്നേഹിക്കുന്നു.

ദാനം

പിന്നീടൊരു ധനികൻ ചോദിച്ചു:
"ഞങ്ങളോട് ദാനത്തെക്കുറിച്ചു സംസാരിച്ചാലും".
അവൻ മൊഴിഞ്ഞു: നിങ്ങളുടെ സ്വത്ത് ദാനമേകുമ്പോൾ
വളരെക്കുറച്ചേ നിങ്ങൾ നൽകുന്നുള്ളൂ. നിങ്ങളെ സ്വയം
ദാനമേകുമ്പോഴാണ് നിങ്ങൾ യഥാർഥത്തിൽ നൽകുന്നത്.
നാളേക്ക് ആവശ്യമുള്ളതെന്നു കരുതി നിങ്ങൾ
സൂക്ഷിച്ചുവയ്ക്കുന്ന സമ്പാദ്യങ്ങളല്ലാതെ മറ്റെന്താണ്
നിങ്ങളുടെ സ്വത്ത്?
വിശുദ്ധ നഗരിയിലേക്കു പോകുന്ന തീർഥാടകരെ
തുടരുന്നതിനിടെ വഴികളറ്റ മണൽപരപ്പിൽ എല്ലുകൾ പുഴ്ത്തി
വയ്ക്കുന്ന നായയ്ക്ക് 'നാളെ' എന്താണു കൊണ്ടുവരിക?

ആവശ്യത്തെക്കുറിച്ചുള്ള ഭയം ആവശ്യം തന്നെയല്ലാതെ
മറ്റെന്താണ്? കിണറുകൾ നിറഞ്ഞിരിക്കുമ്പോഴും അങ്കുരിക്കുന്ന
ദാഹഭീതി, ശമിപ്പിക്കാനരുതാത്ത ദാഹം തന്നെയല്ലേ?
തങ്ങൾക്ക് ഏറെയുള്ളതിൽനിന്ന് കുറവുമാത്രം
നൽകുന്നവരുണ്ട്. അവരതു നൽകുന്നത്
അംഗീകാരത്തിനായാണ്.
അവരിലെ നിഗൂഢമീയാഗ്രഹം അവരുടെ
ദാനവസ്തുവെ 7വിലകെട്ടതാക്കുന്നു.

കുറച്ചുമാത്രം സ്വന്തമായുള്ള, എന്നാൽ എല്ലാം നൽകുന്ന
ചിലരുണ്ട്. ഇവരാണ് ജീവിതത്തിലും ജീവിതത്തിന്റെ
അമൂല്യനിധിയിലും വിശ്വസിക്കുന്നവർ.
അവരുടെ ഖജനാവൊരിക്കലും ശൂന്യമാകുന്നില്ല.

സന്തോഷത്തോടെ നൽകുന്നവരുണ്ട്. അവർക്കു കിട്ടുന്ന
പ്രതിഫലം ആ ആനന്ദമാണ്. ഉള്ളിൽ നോവോടെ
ദാനമേകുന്നവർക്ക് ആ നോവാണ് അവരുടെ ജ്ഞാനസ്നാനം.
കൊടുക്കുന്നതിന്റെ വേദനയറിയാത്ത ചിലരുണ്ട്.
അവർ ആനന്ദമന്വേഷിക്കുന്നില്ല. നന്മയെക്കരുതി നൽകുന്നതുമല്ല.
അവരേകുന്നത് താഴ്വാരത്തിലെ സുഗന്ധം പൊഴിക്കുന്ന
മിർട്ടിൽചെടിയെ പോലെയാണ്. ഇവ്വിധമുള്ളവരുടെ
കൈകളിലൂടെയാണ് ദൈവം സംസാരിക്കുന്നത്.
അവരുടെ കണ്ണുകൾക്കു പിന്നിലായാണ് ദൈവം ഭൂമിക്കുമീതെ
ചിരിക്കുന്നത്.

ചോദിക്കുമ്പോളേകുന്നത് നല്ലതാണ്.
കണ്ടറിഞ്ഞേകുവത് അതിലേറെ നന്ന്.
കൈതുറന്നേകുന്നവന് ആ ദാനം സ്വീകരിക്കാൻ
സന്നദ്ധനായവനു വേണ്ടിയുള്ള അന്വേഷണം തന്നെ
ഏറെയാനന്ദമാണ്. നൽകാതെ സ്വന്തമാക്കിവച്ചവ
എന്തെങ്കിലുമുണ്ടോ നിങ്ങൾക്ക്? ഒരുനാൾ
നിങ്ങൾക്കുള്ളതെല്ലാം നൽകപ്പെടും. ആകയാൽ ഇപ്പോൾത്തന്നെ
ഏകുക. നിങ്ങളുടെ ദാനകാലം നിങ്ങളുടേതായിരിക്കട്ടെ,
അനന്തര തലമുറയുടേതല്ലാതിരിക്കുകയും ചെയ്യട്ടെ.

നിങ്ങൾ സദാ പറയും, 'ഞാൻ കൊടുക്കും.
പക്ഷേ അർഹിപ്പവർക്കുമാത്രം'.
പക്ഷേ നിങ്ങളുടെ തോപ്പിലെ വൃക്ഷങ്ങളൊരിക്കലുമങ്ങനെ
പറയാറില്ല. നിങ്ങളുടെ മേച്ചിൽ പുറങ്ങളിലെ ചെമ്മരിയാടുകളും
അങ്ങനെ പറയാറില്ല. അവർ ജീവിക്കുന്നതേ നൽകാനാണ്.
അവരെപ്രതി കൈയിൽ അടക്കിവെക്കുക മൃതിതുല്യമാണ്.

ഇരവും പകലും നിങ്ങളിൽനിന്നു സ്വീകരിക്കുന്നവനാരോ അവൻ നിങ്ങളിൽനിന്നെന്തും ചോദിക്കാനർഹനാണ്. ജീവിതസമുദ്രത്തിൽനിന്നും പാനം ചെയ്യുവാൻ യോഗ്യനായവന് നിങ്ങളുടെ അരുവിയിൽ നിന്നും അവന്റെ പാനപാത്രം നിറയ്ക്കാനവകാശമുണ്ട്.

എത്ര വലിയ മരുഭൂവ് മുന്നിൽ വന്നാലും അതേക്കാൾ വലുതാണ് നൽകപ്പെടുന്നതിലെ നിങ്ങളിലെ ധൈര്യവും ആത്മവിശ്വാസവും കരുണയും.

മനുഷ്യർ തങ്ങളുടെ നെഞ്ചകം പിളർക്കണമെന്നും അഭിമാനം തുറന്നുകാട്ടണമെന്നും അങ്ങനെ അവരുടെ മൂല്യം അതിന്റെ നഗ്നതയോടെയും അഭിമാനം ലജ്ജാവിഹീനമായും കാണണമെന്നു ശഠിക്കാൻ നിങ്ങളാര്?
നൽകുന്നവനാവാനും ദാനത്തിന്റെ ഉപകരണമാകാനും നിങ്ങളാദ്യമർഹത നേടുക.
സത്യം, ജീവിതമാണ് ജീവിതത്തിനു നൽകപ്പെടുന്നത്.
സ്വയം ദാതാവെന്നു കരുതുന്ന നിങ്ങൾ ഒരു സാക്ഷിമാത്രം.
സ്വീകർത്താവായ നിങ്ങൾ കൃതജ്ഞതയുടെ ഭാരമേൽക്കരുത്.
അല്ലാത്തപക്ഷം നിങ്ങളുടെയും നൽകുന്നവന്റെയും മേൽ നിങ്ങളൊരു നുകം കയറ്റിവയ്ക്കുവാനിടയാകും.
പകരം, നൽകുന്നവനൊപ്പം അവന്റെ ദാനവസ്തുക്കളിൽ ചിറകുകളിലെന്നോണം പറന്നുയരുക.
എന്തെന്നാൽ നിങ്ങളുടെ കടങ്ങളെക്കുറിച്ച് അതിബോധമുണ്ടായാൽ അമ്മയായി തുറന്ന ഹൃത്തുള്ള ഭൂമിയും അച്ഛനായി ദൈവവും ഉള്ളവനായ അവന്റെ ദയാവായ്പിനെ സംശയിക്കുകയാവും.

തീനും കുടിയും

അനന്തരം സത്രം സൂക്ഷിപ്പുകാരനായ വൃദ്ധൻ പറഞ്ഞു: "ഞങ്ങളോട് തീനിനേയും കുടിയേയും പറ്റി പറഞ്ഞാലും".

അവൻ പറഞ്ഞു: ഭൂമിയുടെ സുഗന്ധത്താൽ പുലരാനും
ഒരു വായു സസ്യത്തെപോൽ പ്രകാശത്താൽ മാത്രം
അതിജീവിക്കാനും നിങ്ങൾക്കാവുമോ?
ഭക്ഷിക്കാനായി കൊല്ലേണ്ടിവരുന്നതുകൊണ്ടും
ദാഹശമനത്തിനായി നിങ്ങൾക്ക് അമ്മയുടെ നെഞ്ചിൽനിന്നും
കിടാവിനെ അകറ്റേണ്ടതായി വരുന്നതുകൊണ്ടും, അതെല്ലാം
ഒരാരാധനാകർമമാവട്ടെ.
മനുഷ്യനിലെ വിശുദ്ധവും കൂടുതൽ
നിഷ്കളങ്കമായതിനും വേണ്ടി കാനനത്തിലേയും
സമതലത്തിലേയും വിശുദ്ധവും നിഷ്കളങ്കവുമായവ
ബലികഴിക്കപ്പെടുന്ന അൾത്താരയാവട്ടെ നിങ്ങളുടെ തീൻമേശ.

നിങ്ങളൊരു മൃഗത്തെ വധിക്കുമ്പോൾ
നിങ്ങളുടെ ഹൃദയത്തിൽ അതിനോടായിങ്ങനെ പറയുക:
നിന്നെ വധിക്കുന്ന അതേ ശക്തിയാൽ ഞാനും
വധിക്കപ്പെടുകയും ധളപഭോഗിക്കപ്പെടുകയും ചെയ്യുന്നു.
എന്തെന്നാൽ നിന്നെ എന്റെ കരങ്ങളിലേക്കയച്ച ആ സ്രോതസ്
എന്നെ കൂടുതൽ ബലവത്തായ മറ്റൊരു കരത്തിലർപ്പിക്കും.
സ്വർഗവൃക്ഷത്തിനു പോഷകമേകുന്ന ജീവരസമല്ലാതെ മറ്റൊന്നു
മല്ല നിന്റെയുമെന്റെയും രക്തം.

നിങ്ങൾ ദന്തങ്ങളാൽ ഒരാപ്പിൾ കടിക്കുമ്പോൾ നിങ്ങ
ളുടെ ഹൃത്തിൽ അതിനോടായിങ്ങനെ പറയുക: 'നിന്റെ വിത്തു
കൾ എന്റെ ശരീരത്തിൽ പുലരും. നിന്റെ നാളെയുടെ മൊട്ടുകൾ
എന്റെ ഹൃദയത്തിൽ പൂക്കും. നിന്റെ സുഗന്ധം എന്റെ
ശ്വാസമായ്ത്തീരും. നാമൊരുമിച്ച് ഓരോ ഋതുക്കളും
കൊണ്ടാടും'.

ശരത്കാലത്ത് നിങ്ങളുടെ മുന്തിരിച്ചക്കുകളിലേക്കായി
തോപ്പുകളിൽനിന്ന് മുന്തിരിപ്പഴങ്ങൾ ശേഖരിക്കുമ്പോൾ,
നിങ്ങളുടെ ഹൃദയത്തിലിപ്രകാരം പറയുക:
'ഞാനുമൊരു മുന്തിരിത്തോപ്പാകുന്നു. എന്റെ ഫലങ്ങളും

മുന്തിരിച്ചക്കുകളിലേക്കായി ശേഖരിക്കപ്പെടും. പുത്തൻ
വീഞ്ഞുകണക്കേ ഞാനും അനശ്വരമായ പാത്രങ്ങളിൽ
കാത്തുസൂക്ഷിക്കപ്പെടും'.
മഞ്ഞുകാലങ്ങളിൽ വീഞ്ഞെടുക്കുമ്പോൾ
ഓരോ കപ്പിനുമൊപ്പം നിങ്ങളുടെ ഹൃദയത്തിൽ
ഒരു ഗാനമുതിരട്ടെ.
ശരത്ദിനങ്ങളുടെയും മുന്തിരിച്ചക്കുകളുടെയും
മുന്തിരിപ്പഴത്തോട്ടങ്ങളുടെയും സ്മൃതികളും
ആ ഗാനത്തിൽ നിറയട്ടെ.

വേല

പിന്നീട് ഒരുഴവുകാരൻ ചൊല്ലി,
'ഞങ്ങളോട് തൊഴിലിനെക്കുറിച്ചു പറഞ്ഞാലും'.

അവനിങ്ങനെ മറുചൊല്ലായി:
ഭൂമിയ്ക്കും ഭൂമിയുടെ ആത്മാവിനുമൊപ്പം
ചുവടുവയ്ക്കുന്നതിനായി നിങ്ങൾ വേലയിലേർപ്പെടുന്നു.
എന്തെന്നാൽ അലസരായിരുന്നാൽ പിന്നീട് ഋതുക്കളോട്
നിങ്ങൾക്കപരിചിതത്വമാവും. രാജകീയവും പ്രൗഢവുമായ
വിധേയത്വത്തോടെ അപാരതയിലേക്കു പോകുന്ന
ജീവിതഘോഷയാത്രയിൽ നിന്ന് നിങ്ങൾ
പിൻചുവടുവയ്ക്കേണ്ടിവരും.

വേല ചെയ്യുമ്പോൾ നിങ്ങളൊരു മുരളികയാണ്. നിങ്ങ
ളുടെ ഹൃദയത്തിലൂടെ വിനാഴികകളുടെ മർമരങ്ങൾ സംഗീത
മായി രൂപാന്തരം ചെയ്യപ്പെടുന്നു.
എല്ലാവരുമേകനാദത്തിൽ ഗാനം പെയ്യുമ്പോൾ നിങ്ങളിലാരാണ്
ബധിരവും മൂകവുമായ ഒരു മുളന്തണ്ടാവുക?
തൊഴിലൊരു ശാപവും അധ്വാനം നിർഭാഗ്യവുമെന്ന് നിങ്ങൾ
പറഞ്ഞുകൊണ്ടേയിരിക്കുന്നു. എന്നാൽ ഞാൻ നിങ്ങളോടു
പറയുന്നു, നിങ്ങൾ തൊഴിലെടുക്കുമ്പോൾ ഭൂമിയുടെ

അങ്ങേയറ്റത്തെ സ്വപ്നത്തിന്റെ ഒരു തുണ്ടിനെ സഫലമാക്കുന്നു. ആ സ്വപ്നമാവട്ടെ പിറവികൊള്ളുമ്പോഴേ നിങ്ങൾക്കായി നീക്കിവയ്ക്കപ്പെട്ടിരുന്നു.

തൊഴിലിൽ മുഴുകുമ്പോൾ നിങ്ങൾ ജീവിതത്തെ സത്യ സന്ധമായി സ്നേഹിക്കയാണ്. തൊഴിലിലൂടെ ജീവിതത്തെ സ്നേഹിക്കുകയെന്നാൽ ജീവിതത്തിന്റെ ആഴങ്ങളിലെ നിഗൂഢതകളുമായി ഗാഢബന്ധത്തിലാവുകയെന്നാണ്.

വേദനയിൽ നിങ്ങൾ ജന്മത്തെ ഒരു യാതനയെന്നുവിളി ച്ചാൽ, നിങ്ങളുടെ നെറ്റിയിലെഴുതപ്പെട്ട ഒരു ശാപമെന്നു വിളി ച്ചാൽ ഞാൻ ഉത്തരമായിപ്പറയുന്നു, നിങ്ങളുടെ നെറ്റിയിലെ വിയർപ്പല്ലാതെ മറ്റൊന്നും അതിലെഴുതപ്പെട്ടവയെ കഴുകിക്കളയുന്നില്ല.

ജീവിതം ഇരുളാണ്ടതെന്ന് നിങ്ങളോട് പറയപ്പെട്ടിരിക്കു ന്നു. നിങ്ങളുടെ ക്ഷീണിതാവസ്ഥയിൽ നിങ്ങളും നിരാശൾ പറ യുന്നതിനെ പ്രതിധ്വനിപ്പിക്കുന്നു.
എന്നാൽ ഞാൻ പറയുന്നു, ചോദനയില്ലാത്തപ്പോഴൊക്കെ ജീവിതം തീർച്ച, ഇരുളാണ്ടതാണ്. അറിവില്ലാതെയുള്ള സകല ചോദനകളും അന്ധമാണ്. തൊഴിലില്ലാതെയുള്ള എല്ലാ ജ്ഞാനവും വ്യർഥമാണ്. സ്നേഹമില്ലാതെയുള്ള എല്ലാ തൊഴിലും ശൂന്യവുമാണ്.
സ്നേഹപുരസ്സരം തൊഴിൽ ചെയ്യുമ്പോൾ നിങ്ങൾ നിങ്ങളെ നിങ്ങളോടും മറ്റൊരാളോടും ദൈവത്തോടും തുന്നിച്ചേർത്തിരിക്കുന്നു.

സ്നേഹത്തോടെ തൊഴിൽ ചെയ്യുക എന്നാലെന്താണ്?
നിങ്ങളുടെ സ്നേഹഭാജനത്തിനുടുക്കാനുള്ളതെന്ന കണക്കേ നിങ്ങളുടെ ഹൃദയത്തിൽ നിന്നുള്ള നൂലുകളാൽ ഒരു വസ്ത്രം നെയ്തെടുക്കലാണ്.
നിങ്ങളുടെ സ്നേഹഭാജനത്തിനു വസിക്കാനെന്നപോൽ

അത്ര സ്നേഹപൂർണം ഒരു വീടുപണിയലാണ്.
നിങ്ങളുടെ സ്നേഹഭാജനത്തിന് കനികൾ ഭുജിക്കാനുള്ളതെന്ന
പോലെ അത്ര മൃദുലമായി വിത്തുവിതക്കുകയും
ആഹ്ലാദപൂർവം കൊയ്യുകയും ചെയ്യലാണത്.
നിങ്ങളുടെ ആത്മാവിന്റെ ശ്വാസത്താൽ, നിങ്ങളുടെ ഛായയാൽ
വസ്തുക്കളെ ഊർജപൂർണമാക്കലാണത്.
അനുഗൃഹീതരായ എല്ലാ പരേതാത്മാക്കളും നിങ്ങൾക്കു ചുറ്റും
നിലകൊള്ളുന്നതും നിങ്ങളെ നിരീക്ഷിക്കുന്നതും
അറിയുകയാണത്.

ഉറക്കിലുരുവിടും പോൽ നിങ്ങൾ പറയുന്നത് ഞാൻ
പലകുറി കേട്ടിരിക്കുന്നു. 'വെണ്ണക്കല്ലിൽ പണിയുന്നവനും
സ്വന്തമാത്മാവിന്റെയാകൃതി വെണ്ണക്കല്ലിൽ കണ്ടെത്തുന്നവനും
മണ്ണിലുഴുന്നവനേക്കാൾ ശ്രേഷ്ഠനാണ്'.
'മനുഷ്യന്റെ രൂപസാദൃശ്യത്തിൽ ഒരു വസ്ത്രത്തിൽ
സന്നിവേശിപ്പിക്കുന്നതിനായി മഴവില്ലിനെ പിടിച്ചെടുക്കുന്നവൻ
നമ്മുടെ പാദങ്ങൾക്കു ചെരുപ്പുകൾ തുന്നുന്നവനേക്കാൾ
വലിയവനാണ്'.

എന്നാൽ ഞാനോതുന്നു. ഉറക്കിലല്ല, മധ്യാഹനത്തിന്റെ
പൂർണയുണർച്ചയിൽത്തന്നെ.
അങ്ങേയറ്റം നിസ്സാരമായ പുൽനാമ്പുകളോടു
പറയുന്നതിനേക്കാൾ കൂടുതൽ മധുരതരമായി കാറ്റ്
ഭീമൻ ഓക്കുമരങ്ങളോടുരിയാടാറില്ല.
കാറ്റിന്റെ നാദത്തെ സ്വന്തം സ്നേഹത്താൽ മധുരതരമായൊരു
ഗാനമാക്കിയവൻ മാത്രമാണ് മഹത്വമാർന്നവൻ.
ദൃശ്യമാക്കപ്പെട്ട സ്നേഹമാണ് തൊഴിൽ.
വെറുപ്പില്ലാതെ തൊഴിലെടുക്കാനാവുന്നില്ല നിങ്ങൾക്കെങ്കിൽ,
തൊഴിലുപേക്ഷിച്ച് ദേവാലയ കവാടത്തിലിരുന്ന് ആഹ്ലാദപൂർവം
ജോലിയെടുക്കുന്നവരിൽ നിന്ന് ഭിക്ഷയെടുക്കുന്നതാണ്
നിങ്ങൾക്കു നല്ലത്.
എന്തെന്നാൽ താല്പര്യമറ്റ് ഒരപ്പമുണ്ടാക്കുമ്പോൾ

നിങ്ങളുണ്ടാക്കുന്നത് കയ്ക്കുന്നൊരപ്പമായിരിക്കും.
അത് മനുഷ്യന്റെ വിശപ്പിനെയേ ഊട്ടൂ.
മുന്തിരിപ്പഴങ്ങളുടച്ചെടുക്കാൻ നിങ്ങൾ വിസമ്മതം കാട്ടിയാൽ
നിങ്ങളുടെ വിസമ്മതം വീഞ്ഞിൽ ഒരു വിഷം വാറ്റിയെടുക്കുന്നു.
ഗാനാലാപനത്തെ സ്നേഹിക്കാതെ ദേവദൂതരെ പോലെ
നിങ്ങൾ പാടിയാൽ മനുഷ്യരുടെ കാതുകളെ പകലിരവുകളുടെ
ശബ്ദങ്ങൾക്കെതിരെ നിങ്ങൾ കൊട്ടിയടക്കും.

സന്തോഷവും സന്താപവും

അനന്തരമൊരു സ്ത്രീ പറഞ്ഞു,
"സന്തോഷത്തെക്കുറിച്ചും സന്താപത്തെക്കുറിച്ചും ഞങ്ങളോട്
സംസാരിച്ചാലും".

അവൻ മറുപടിയായി.
നിങ്ങളുടെ സന്തോഷം മൂടുപടമഴിക്കപ്പെട്ട നിങ്ങളുടെ
സന്താപമാണ്.
നിങ്ങളുടെ പൊട്ടിച്ചിരിയുതിരുന്ന ആ കിണർതന്നെ പലപ്പോഴും
നിങ്ങളുടെ കണ്ണീരാൽ നിറയ്ക്കപ്പെടുന്നു.
അങ്ങനെയല്ലാതെ എങ്ങനെയാവും?
നിങ്ങളിലേയ്ക്കെത്ര കണ്ട് ആ ദുഃഖമാണ്ടിറങ്ങുന്നുവോ
അത്രയ്ക്കാഹ്ലാദം നിങ്ങൾക്കുൾക്കൊള്ളാനാവുന്നു.
നിങ്ങളുടെ വീഞ്ഞിനെയുൾക്കൊള്ളുന്ന പാനപാത്രം കുശവന്റെ
ചൂളയിൽ വെന്ത ആ പാത്രം തന്നെയല്ലേ?
കത്തിയാൽ പൊള്ളയാക്കപ്പെട്ട ആ മരത്തുണ്ടല്ലേ
നിങ്ങളുടെയാത്മാവിനെ സമാശ്വസിപ്പിക്കുന്ന ആ കിന്നരം?

നിങ്ങൾ ആഹ്ലാദചിത്തനായിരിക്കുമ്പോൾ നിങ്ങളുടെ
ഹൃദയാഴങ്ങളിലേക്കു നോക്കുക. നിങ്ങൾക്കു
കണ്ടെത്തുവതിന്നാവും, നിങ്ങൾക്കു ദുഃഖമേകിയവ തന്നെയാണ്
നിങ്ങൾക്കാഹ്ലാദമേകുന്നതെന്ന്.

നിങ്ങൾ ദുഃഖഭരിതനായിരിക്കുമ്പോൾ വീണ്ടും നിങ്ങ
ളുടെ ഹൃദയത്തിലേക്കാണ്ടു നോക്കുക. നിങ്ങൾക്കു കാണാവും.
നിങ്ങൾക്ക് ആഹ്ലാദമായിരുന്നതിനെ പ്രതിയാണ് നിങ്ങൾ
വിതുമ്പുന്നതെന്ന്.

ചിലർ പറയും, 'ആഹ്ലാദം ദുഃഖത്തേക്കാൾ മഹത്തര'
മെന്ന്.
മറ്റുചിലർ, 'അല്ല, ദുഃഖമാണ് മഹത്തര' മെന്നും. എന്നാൽ ഞാൻ
നിങ്ങളോടു പറയുന്നു, രണ്ടും അവിഭാജ്യങ്ങളെന്ന്.
അവ ഒരുമിച്ചു വരുന്നു. ഒന്നു നിങ്ങൾക്കൊപ്പം
തീൻമേശയ്ക്കരികെയിരിക്കുമ്പോൾ ഓർക്കുക, മറ്റേത്
നിങ്ങളുടെ മെത്തയിലുറങ്ങുകയയാണെന്ന്. സത്യം,
നിങ്ങൾ നിങ്ങളുടെ ആഹ്ലാദങ്ങൾക്കും ദുഃഖങ്ങൾക്കുമിടെ
ത്രാസുകളെപ്പോൽ നിശ്ചലമാക്കപ്പെട്ടിരിക്കുന്നു.
ശൂന്യമായിരിക്കുമ്പോൾ മാത്രം നിങ്ങൾ നിശ്ചലവും
സന്തുലിതവുമാകുന്നു.
നിധി സൂക്ഷിപ്പുകാരൻ തന്റെ സ്വർണവും വെള്ളിയും
തൂക്കുവതിന്നായി നിങ്ങളെ ഉയർത്തിപ്പിടിക്കുമ്പോൾ, തീർച്ച,
നിങ്ങളുടെ ആഹ്ലാദമോ ദുഃഖമോ ഉയരുകയോ താഴുകയോ
ചെയ്യേണ്ടിയിരിക്കുന്നു.

ഗൃഹങ്ങൾ

അനന്തരമൊരു കല്ലാശാരി മുന്നോട്ടുവന്നു പറഞ്ഞു:
'ഞങ്ങളോട് ഗൃഹങ്ങളെക്കുറിച്ചുരിയാടിയാലും'.
അവൻ മറുവാക്കായി.

നഗരാതിർത്തിക്കുള്ളിൽ ഒരു ഗൃഹം പണിയും മുൻപ്
വിജനതയിൽ നിങ്ങളുടെ സങ്കല്പങ്ങൾക്കൊരു വള്ളിക്കുടിൽ
മെനയുക. സാന്ധ്യപ്രകാശത്തിൽ നിങ്ങൾക്ക്
സ്വഗൃഹങ്ങളിലേക്ക് തിരിച്ചുവരവുകളുള്ളതുപോലെ
നിങ്ങളിലെ ഏകാകിയും സദാ വിദൂരസ്ഥനുമായ

അലസസഞ്ചാരിക്കും അതുണ്ട്. നിങ്ങളുടെ ബൃഹത്തായ
ദേഹമാകുന്നു നിങ്ങളുടെ ഗൃഹം. അത് സൂര്യനിൽ വളരുകയും
രാവിന്റെ നിശ്ചലതയിൽ ശയിക്കുകയും ചെയ്യുന്നു.
അത് സ്വപ്നരഹിതമല്ല. നിങ്ങളുടെ ഗൃഹങ്ങൾ സ്വപ്നം
കാണാറില്ലേ?
സ്വപ്നത്തിലൂടെ നഗരംവിട്ട് മരത്തോപ്പുകളിലേക്കും
കുന്നിൻമുകളിലേക്കും പോകുന്നില്ലേ? അതിപ്രകാരമാണോ?
എനിക്ക് നിങ്ങളുടെ ഗൃഹങ്ങളെ എന്റെ കരങ്ങളിൽ ശേഖരിച്ച്
വിതക്കുന്നവനെപോൽ അവയെ കാനനങ്ങളിലും
പുൽമേടുകളിലും വിതറാനാവുന്നതാണോ?

താഴ്വാരങ്ങൾ നിങ്ങളുടെ തെരുവുകളും
ഹരിതവീഥികൾ നിങ്ങളുടെ ഇടനാഴികകളുമാകും.
മുന്തിരിത്തോപ്പുകളിലൂടെ നിങ്ങൾ പരസ്പരം തിരയും.
വസ്ത്രങ്ങളിൽ ഭൂമിയുടെ സുഗന്ധമോടെ നിങ്ങൾ വരും.
എങ്കിലും കാര്യങ്ങളിനിയുമായിട്ടില്ല. നിങ്ങളുടെ
പൂർവപിതാക്കൾ ഭയത്താൽ നിങ്ങളെ
വളരെയൊരുമിച്ചു ചേർത്തു. ആ ഭയം അല്പനാൾകൂടിപ്പുലരും.
കുറച്ചുനാളുകൾ കൂടി നഗരാതിർത്തികൾ നിങ്ങളുടെ
വാസസ്ഥലത്തെ നിങ്ങളുടെ വയലേലകളിൽ നിന്നു
വേർപ്പെടുത്തി നിർത്തും.

ഓർഫലീസിലെ ജനങ്ങളേ പറയൂ എന്നോട്,
ഈ ഗൃഹങ്ങളിൽ നിങ്ങൾക്കെന്തുണ്ട്? ചേർത്തടക്കപ്പെട്ട
വാതിലുകൾക്കുള്ളിൽ നിങ്ങൾ കാത്തുസൂക്ഷിപ്പതെന്ത്?
നിങ്ങൾക്ക് സമാധാനമുണ്ടോ?
നിങ്ങളുടെ ശക്തിയെ വെളിവാക്കുന്ന ശാന്തപ്രേരണയുണ്ടോ?
നിങ്ങളുടെ സ്മൃതികളിൽ മനസ്സിന്റെ ഔന്നത്യത്തിന്റെ,
തിരിച്ചറിവുകളുടെ, നേർത്ത പ്രകാശകിരണങ്ങളില്ലേ?
മരത്തിൽനിന്നും ശിലയിൽനിന്നും കൊത്തിയെടുത്ത
വസ്തുക്കളിൽനിന്നും ഹൃദയത്തെ
വിശുദ്ധപർവതത്തിലേക്കു നയിക്കുന്ന സൗന്ദര്യം

നിങ്ങൾക്കുണ്ടോ?
എന്നോടുപറയൂ, ഇതെല്ലാം നിങ്ങളുടെ ഗൃഹങ്ങളിലുണ്ടോ?
അതോ നിങ്ങൾക്ക് സുഖസൗകര്യങ്ങൾ
മാത്രമേയുള്ളോ?
ഗൃഹത്തിലേക്ക് അതിഥിയായി പ്രവേശിച്ച് പിന്നീട്
ആതിഥേയനായിത്തീർന്ന ശേഷം യജമാനനാകുന്ന
ഗൂഢമായ സുഖതൃഷ്ണമാത്രമേയുള്ളോ?

അതൊരു മൃഗശിക്ഷകനായിത്തീരുന്നു. കൊളുത്താലും
ചാട്ടയാലും നിങ്ങളുടെ ബൃഹത്തായ മോഹങ്ങളുടെ
കളിപ്പാവകളെ സൃഷ്ടിക്കുന്നു. അതിന്റെ കരങ്ങൾ പട്ടുകണക്കേ
മൃദുവെങ്കിലും ഹൃദയം കാരിരുമ്പാണ്. നിങ്ങളുടെ
ശയ്യയ്ക്കരികെ നിൽക്കാനും നിങ്ങളുടെ മാംസത്തിന്റെ
അന്തസ്സിനെ പരിഹസിക്കാനുമായി അതു നിങ്ങളെ
ഉറക്കിലേക്ക് താരാട്ടുപാടുന്നു. അതു നിങ്ങളുടെ അക്ഷതമായ
ഇന്ദ്രിയങ്ങളെ പരിഹസിക്കുന്നു. ലോലമായ
പാത്രങ്ങളെന്നോണം അവയെ ഞെരിഞ്ഞിൽ ചെടിയിൽ
വയ്ക്കുകയും ചെയ്യുന്നു.

തീർച്ച, സുഖതൃഷ്ണ ആത്മാവിന്റെ വികാരാവേശത്തെ
കൊല്ലുന്നു, അനന്തരം ശവഘോഷയാത്രയിൽ കൂടെ നടക്കുന്നു.
ശൂന്യാകാശത്തിന്റെ സന്തതികളേ, വിശ്രാന്തിയിൽ
അസ്വസ്ഥരാകുന്ന നിങ്ങൾ ചതിക്കപ്പെടുകയോ
മെരുക്കപ്പെടുകയോ ഇല്ല. നിങ്ങളുടെ ഗൃഹം ഒരു
നങ്കൂരമാകയില്ല, എങ്കിലുമൊരു പായ്മരമാകും.
അത് വ്രണത്തെ മൂടുന്ന പാടയാവില്ല, എന്നാൽ കണ്ണിനെ
കാത്തുസൂക്ഷിക്കുന്നൊരു കൺപോളയാവും.
വാതായനത്തിലൂടെ കടന്നുപോവതിനായി നിങ്ങളുടെ
ചിറകുകളെ ഒതുക്കിപ്പിടിക്കേണ്ടതില്ല.
ഉത്തരത്തിൽ മുട്ടാതിരിക്കുവതിന്നായി തലകുനിക്കേണ്ടതുമില്ല.
ചുവരുകൾ വിണ്ടടർന്ന് നിലംപൊത്തുമെന്നു ഭയന്ന്
ശ്വസിക്കാതിരിക്കുകയും വേണ്ട.

മൃതർ ജീവിക്കുന്നവർക്കായി തീർത്ത ശവകുടീരങ്ങളിൽ
നിങ്ങളധിവസിക്കുകയില്ല. പ്രൗഢിയും മഹത്ത്വമേറിയതെങ്കിലും
നിങ്ങളുടെ ഗേഹം നിങ്ങളുടെ രഹസ്യങ്ങളെ സൂക്ഷിക്കുകയോ
മോഹങ്ങൾക്കഭയമേകുകയോ ചെയ്യുന്നില്ല.

എന്തെന്നാൽ നിങ്ങളിലെ അതിരറ്റത് ആകാശവസതി
യിൽ താമസിക്കുന്നു. അതിന്റെ കവാടം മൂടൽമഞ്ഞും
ജനാലകൾ രാവിന്റെ സംഗീതവും നിശ്ശബ്ദതയുമാണ്.

വസ്ത്രങ്ങൾ

അനന്തരമൊരു നെയ്ത്തുകാരനോതി,
"ഞങ്ങളോട്
വസ്ത്രങ്ങളെക്കുറിച്ചുരിയാടിയാലും".

അവനുരിയാടി:
നിങ്ങളുടെ ഉടയാടകൾ നിങ്ങളുടെ
സൗന്ദര്യത്തെ ഏറിയകൂറും മറയ്ക്കുന്നു, എന്നാൽ സുന്ദരമല്ലാ
ത്തവയെ മറയ്ക്കുന്നുമില്ല.
എങ്കിലും ഉടയാടകളിൽ നിങ്ങൾ സ്വകാര്യതയുടെ സ്വാതന്ത്ര്യം
തിരയുകയാണെങ്കിൽ നിങ്ങൾക്കൊരു കടിഞ്ഞാണും
ചങ്ങലയും ലഭിച്ചേക്കാം.
നിങ്ങളുടെ ചർമത്തിലേറെയും നിങ്ങളുടെ ഉടയാടകളിലല്പവും
നിങ്ങൾക്ക് സൂര്യനെയും കാറ്റിനെയും കണ്ടെത്താം.
എന്തെന്നാൽ ജീവിതത്തിന്റെ ശ്വാസം സൂര്യവെളിച്ചത്തിലും
ജീവിതത്തിന്റെ കരങ്ങൾ കാറ്റിലുമാണ്.

നിങ്ങളിൽ ചിലരോതും, 'ഉടുക്കാനുള്ള വസ്ത്രങ്ങൾ
നെയ്തത് വടക്കൻ കാറ്റാണ്'.
എന്നാൽ ഞാനോതുന്നു, അതെ, അതു വടക്കൻകാറ്റു
തന്നെയായിരുന്നു. എന്നാൽ ലജ്ജയായിരുന്നു അതിന്റെ തറി,
പേശികളുടെ മൃദുലതയായിരുന്നു അതിന്റെ നൂൽ.
ജോലി പൂർണമായിക്കഴിഞ്ഞപ്പോൾ
അവൻ വനാന്തരത്തിൽ പൊട്ടിച്ചിരികളായി.

ചാരിത്ര്യമാണ് അശുദ്ധമായ കണ്ണുകൾക്കു മുന്നിലെ
പരിചയെന്നു മറക്കായ്ക. എന്നാൽ അശുദ്ധരില്ലാതാകുമ്പോൾ
ചാരിത്ര്യം മനസ്സിന്റെ അശുദ്ധിയും കാൽച്ചങ്ങലയുമല്ലാതെ
മറ്റെന്താവും?

മറക്കായ്ക, നിങ്ങളുടെ നഗ്നപാദങ്ങളുടെ
സ്പർശനത്തിലൂടെ ഭൂമി ആഹ്ലാദംകൊള്ളുന്നുവെന്നും
മുടിയിഴകൾക്കിടയിലൂടെ
കളിയാടാൻ കാറ്റ് ഏറെ കൊതിക്കുന്നുവെന്നും.

വാങ്ങലും വിൽക്കലും

ശേഷം ഒരു കച്ചവടക്കാരൻ പറഞ്ഞു :
"ഞങ്ങളോട് വാങ്ങലിനെയും
വില്പനയെയും കുറിച്ചു പറയുക".
അവൻ മറുമൊഴിയായി:
"ഭൂമി അവളുടെ ഫലങ്ങൾ നിങ്ങൾക്കേകുന്നു.
നിങ്ങളുടെ കരങ്ങൾ എപ്രകാരം നിറയ്ക്കണമെന്ന്
നിങ്ങൾക്കറിയാമെങ്കിൽ നിങ്ങൾ ഇല്ലായ്മയുള്ളവരാവില്ല.
ഭൂമിയുടെ സമ്മാനങ്ങൾ പരസ്പരം കൈമാറുന്നതിലൂടെയാണ്
നിങ്ങൾ സമൃദ്ധിയും സംതൃപ്തിയും കണ്ടെത്തുക.
എന്നാൽ, പരസ്പരമുള്ള ഈ കൈമാറ്റങ്ങൾ
സ്നേഹത്തോടെയും നീതിയോടെയുമല്ല എങ്കിൽ
അതു ചിലരെ അത്യാർത്തിയിലേക്കും മറ്റു ചിലരെ
വിശപ്പിലേക്കും നയിക്കും.

കടലിലും മുന്തിരിത്തോപ്പുകളിലും വയലേലകളിലും
പണിയെടുക്കുന്ന നിങ്ങൾ കമ്പോളങ്ങളിൽ
നെയ്ത്താളുകളെയും കുശവന്മാരെയും സുഗന്ധവ്യഞ്ജനങ്ങൾ
ശേഖരിക്കുന്നവരേയും കണ്ടുമുട്ടുമ്പോൾ, മൂല്യത്തെ
മൂല്യത്താലളക്കുന്ന ത്രാസുകളെയും കണക്കുകളെയും
വിശുദ്ധീകരിക്കാനായി നിങ്ങൾക്കിടയിലേക്കിറങ്ങി
വരുവതിന്നായി യജമാനനായ ആത്മാവിനെയാവാഹിക്കുക.

നിങ്ങളുടെ അധ്വാനത്തിനുപകരം വാക്കുകൾ വിൽക്കുന്ന
ഫലശൂന്യമായ കരങ്ങളുള്ളവരെ നിങ്ങളുടെ കൊടുക്കൽ
വാങ്ങലുകളുടെ ഭാഗഭാക്കാക്കിക്കൂടാ.
അത്തരക്കാരോടു നിങ്ങൾ പറയണം. ഞങ്ങൾക്കൊന്നിച്ച്
വയലേലകളിലേക്ക് വരിക. അല്ലെങ്കിൽ ഞങ്ങളുടെ
സഹോദരർക്കൊപ്പം കടലിൽ വലയെറിയുക.
എന്തെന്നാൽ കരയും കടലും ഞങ്ങളോടെന്നപോലെ
നിങ്ങളോടും ഉദാരരാണ്. അവിടേയ്ക്ക് ഗായകരും,
വീണവാദകരും, നർത്തകരും തങ്ങളുടെ
സമ്മാനങ്ങളുമായിട്ടാവും വരിക. അവരും പഴങ്ങളും
കുന്തിരിക്കവും ശേഖരിക്കുന്നവരാണ്. അവർ കൊണ്ടുവരുന്നത്
സ്വപ്നങ്ങളിൽ നിന്നുരുവെടുത്തതെങ്കിലും നിങ്ങളുടെ
ആത്മാവിനുള്ള വസ്ത്രവും ഭക്ഷണവുമാണ്.

നിങ്ങൾ കമ്പോളം വിട്ടു മടങ്ങും മുൻപേ, ഒരാളും
ഫലശൂന്യമായ കരങ്ങളോടെ തന്റെ
വഴിക്കുപോയിട്ടില്ലെന്നുറപ്പാക്കണം. എന്തെന്നാൽ
നിങ്ങളിലേറ്റവും എളിയവന്റെ ആവശ്യങ്ങൾ
നിവർത്തിക്കപ്പെടുവോളം ഭൂമിയുടെ യജമാനനായ ആത്മാവ്
കാറ്റിനുമീതെ സമാധാനപൂർവം ഉറങ്ങുകയില്ല.

കുറ്റവും ശിക്ഷയും

അനന്തരം നഗരത്തിലെ ന്യായാധിപരിലൊരാൾ
എഴുന്നേറ്റുനിന്നു പറഞ്ഞു :
"ഞങ്ങളോട് കുറ്റത്തെയും ശിക്ഷയെയും കുറിച്ചു പറഞ്ഞാലും".
അവനുത്തരമായി.
നിങ്ങളുടെ ആത്മാവ് കാറ്റിലലയുമ്പോൾ, നിങ്ങൾ
ഏകാകിയായി, ജാഗരരല്ലാതിരിക്കുമ്പോൾ ആണ് നിങ്ങൾ
മറ്റുള്ളവരോടും അങ്ങനെ നിങ്ങളോടുതന്നെയും
തെറ്റുചെയ്യുന്നത്. ആ തെറ്റുകൊണ്ടുതന്നെ അനുഗൃഹീതരുടെ
വാതിലിൽ നീ ശ്രദ്ധിക്കപ്പെടാത്തവനായി മുട്ടുകയും

കാത്തുനിൽക്കുകയും ചെയ്യേണ്ടതായിവരും.

നിങ്ങളുടെ മഹത്തായ ആത്മസത്ത കടൽകണക്കെയാ
ണ്. അതെന്നേക്കും അശുദ്ധമാവാതെ ശേഷിക്കുന്നു.
സൂക്ഷ്മാന്തരീക്ഷത്തെപ്പോൽ ചിറകുള്ളവയെ മാത്രം
ഉയർത്തുന്നു.
നിങ്ങളുടെ മഹത്തായ ആത്മസത്ത സൂര്യനെ
പ്പോലെയാണ്. അത് പെരുച്ചാഴികളുടെ വഴികളോ
സർപ്പമാളങ്ങളോ തേടുന്നില്ല.

എങ്കിലും നിങ്ങളുടെ മഹത്തായ ആത്മസത്ത
നിങ്ങളുടെ ജീവസത്തയിൽ തനിച്ചല്ല നിലനിൽക്കുന്നത്.
നിങ്ങളിലെ കുറെ വശങ്ങൾ ഇപ്പോഴും മനുഷ്യനാണ്.
കുറെയാവട്ടെ ഇപ്പോഴും മനുഷ്യനായിട്ടുമില്ല.
സ്വന്തം ഉണർവു തിരഞ്ഞ് മൂടൽമഞ്ഞിലൂടെ നിദ്രാടനം
ചെയ്യുന്ന ഒരു പിഗ്മിയാണ് നിങ്ങൾ.
നിങ്ങളിലെ മനുഷ്യനോട് ഇനി ഞാൻ സംസാരിക്കും.
എന്തെന്നാൽ നിങ്ങളിലെ മഹത്തായ ആത്മസത്തയോ
മൂടൽമഞ്ഞിലെ പിഗ്മിയോ അല്ല, അവനാണ് കുറ്റത്തെയും
അതിന്റെ ശിക്ഷയെയും കുറിച്ചറിയുന്നത്.

ഞാനേറെ കേട്ടിരിക്കുന്നു, തെറ്റുചെയ്യുന്ന
ഒരാളെക്കുറിച്ച് അവൻ നിങ്ങളിലൊരുവനല്ലെന്ന മട്ടിലും
അപരിചിതനെന്ന മട്ടിലും നിങ്ങളുടെ ലോകത്തിലേക്ക്
അവനതിക്രമിച്ചു
പ്രവേശിച്ചവനാണെന്ന മട്ടിലും നിങ്ങൾ പറയുന്നത്.
എന്നാൽ ഞാനോതുന്നു, ദിവ്യവും ധാർമികവുമായതിന്
നിങ്ങളോരോരുത്തരിലുമുള്ള
മഹത്തായതിനുമപ്പുറമുയരാനാവാത്തതുപോലെ,
ദുഷ്ടവും ദുർബലവുമായവയ്ക്ക്
നിങ്ങളിലെ ഏറ്റവും നികൃഷ്ടമായതിനേക്കാൾ
താഴാനുമാവില്ല.

വൃക്ഷത്തിന്റെ നിശ്ശബ്ദമായ അറിവുകൂടാതെ
അതിലെ ഒരിലയും പീതവർണമാവാത്തപോലെ,
നിങ്ങളെല്ലാവരുടെയും നിഗൂഢമായ
താൽപര്യത്തോടുകൂടിയല്ലാതെ തെറ്റുചെയ്യുന്നവന്
തെറ്റുചെയ്യാനാവില്ല.

നിങ്ങളിലെ മഹത്തായ ആത്മസത്തക്കു നേരെ
നിങ്ങളൊരുമിച്ച് ഒരു ഘോഷയാത്രയിലെന്നപോലെ നടക്കുന്നു.
നിങ്ങൾതന്നെയാണ് പാതയും പഥികരും. നിങ്ങളിലൊരുവൻ
വീഴുമ്പോൾ ആ വീഴ്ച തന്റെ പിറകിൽ വരുന്നവർക്കായാണ്.
മാർഗതടസം വരുത്തുന്ന ശിലക്കെതിരായുള്ള
ഒരപകടസൂചനയാണത്.
തന്റെ മുൻപേ നടന്നു പോയവർക്കു വേണ്ടി കൂടിയാണ്
അവൻ നിലംപതിച്ചത്. അവരാകട്ടെ, വേഗവും
ചുവടുറപ്പുമുള്ളവരായിരുന്നെങ്കിലും മാർഗതടസ്സം
സൃഷ്ടിക്കുന്ന ശിലയെ എടുത്തുമാറ്റിയതുമില്ല.

നിങ്ങളുടെ ഹൃത്തിനുമേൽ ഈ വാചകങ്ങൾ
ഭാരിച്ചുകിടക്കുമെങ്കിലും ഇതുകൂടി: കൊലചെയ്യപ്പെട്ടവന്
തന്റെ വധവുമായി ബന്ധമില്ലാതാകുന്നില്ല.
കൊള്ളയടിക്കപ്പെട്ടവൻ കവരപ്പെട്ടതിൽ
കുറ്റമറ്റവനാകുന്നില്ല.
ദുഷ്കർമികളുടെ ചെയ്തികളിൽ സത്കർമികൾ നിഷ്കളങ്കരല്ല.
ശുഭകരങ്ങളുള്ളവന് പാതകിയുടെ കൃത്യങ്ങളിൽ
പങ്കില്ലാതിരിക്കുന്നുമില്ല.
കുറ്റവാളി പലപ്പോഴും മുറിവേൽപ്പിക്കപ്പെട്ടവരാൽ പീഡിതനാണ്.
കുറ്റമില്ലാത്തവന്റെയും പാപമില്ലാത്തവന്റെയും ഭാരം
പേറുന്നവനാണ് മിക്കപ്പോഴും ശിക്ഷക്കു വിധിക്കപ്പെട്ടവൻ.
നീതിമാനെ അനീതിയിൽ നിന്നും നന്മനിറഞ്ഞവനെ
ദുഷ്ടനിൽ നിന്നും വേർതിരിക്കുവാൻ നിങ്ങൾക്കാവില്ല.
എന്തെന്നാൽ കറുപ്പും വെളുപ്പും നൂലുകളിഴകോർത്തെന്ന
പോലെ അവർ സൂര്യതേജസിനുമുൻപിൽ ഒരുമിച്ചു നിൽക്കുന്നു.
കറുത്ത നൂലിഴ പൊട്ടുമ്പോൾ നെയ്ത്തുകാരൻ തുണിയാകെ

സൂക്ഷിച്ചുനോക്കും, തറി പരിശോധിക്കും.

നിങ്ങളിലാരെങ്കിലും അവിശ്വസ്തയായ ഭാര്യയെ
ശിക്ഷാവിധിക്കായി കൊണ്ടുവരികയാണെങ്കിൽ
അവളുടെ ഭർത്താവിന്റെ ഹൃദയത്തേയും ആത്മാവിനേയും
ത്രാസിൽ വച്ചളക്കുക.
കുറ്റക്കാരനെ അടിക്കുന്നവൻ നിരപരാധിയുടെ
ആത്മാവിലേക്കും നോക്കട്ടെ.
നിങ്ങളിലാരെങ്കിലും നീതി നടപ്പാക്കുന്നതിനായി തിന്മയുടെ
വൃക്ഷത്തിന്മേൽ മഴുവച്ചാൽ, അതിന്റെ വേരുകളിലേക്കും
നോക്കട്ടെ.
ഭൂമിയുടെ ഹൃത്തിൽ പിണഞ്ഞുകിടപ്പുള്ള നന്മതിന്മയുടെ,
ഫലഭൂയിഷ്ഠതയുടെ, ഫലശൂന്യതയുടെ വേരുകൾ സത്യം,
അപ്പോളയാൾ കാണും.

നീതിയുടെ കാവലാളുകളായ ന്യായാധിപരേ, മാംസ
ത്തിൽ സത്യവാനും ആത്മാവിൽ മോഷ്ടാവുമായൊരുവന്
നിങ്ങളെന്തു ശിക്ഷയേകും?
മാംസത്തിൽ വധിക്കുന്നവനും ആത്മാവിൽ വധിക്കപ്പെടുന്നവനു
മായൊരുത്തന് നിങ്ങളെന്തു ശിക്ഷ വിധിക്കും?
പ്രവൃത്തിയിൽ ചതിയനും മർദ്ദകനുമായ, ആവലാതിക്കാരനും
പ്രകോപിതനുമായ ഒരുവനെ നിങ്ങളേവിധം വിചാരണ ചെയ്യും?
ചെയ്തുപോയ തെറ്റുകളേക്കാൾ ഏറെ പശ്ചാത്താപം പേറുന്ന
വരെ നിങ്ങളെങ്ങനെ ശിക്ഷിക്കും?
നിങ്ങൾ സേവിക്കാനാശിക്കുന്ന ആ നിയമത്താൽ
തന്നെനടപ്പാക്കപ്പെടുന്ന നീതിയല്ലേ പശ്ചാത്താപം?
എന്നിരുന്നാലും നിങ്ങൾക്ക് നിഷ്കളങ്കരിൽ പശ്ചാത്താപം
സൃഷ്ടിക്കുന്നതിനാവില്ല.
പാപിയുടെ ഹൃത്തിൽനിന്നതിനെ അടർത്തിമാറ്റാനും.

മനുഷ്യർ ഉണർന്ന് താന്താങ്ങളിലേക്കാഴത്തിൽ
നോക്കുവതിനായി അത് ഇരവുകളിൽ വിളിക്കുന്നു.

നീതി മനസ്സിലാക്കുന്ന നിങ്ങൾക്ക് എല്ലാ പ്രവൃത്തികളെയും
പൂർണവെളിച്ചത്തിൽ നോക്കിക്കാണാതെ എങ്ങനെയത്
സാധ്യമാകും?
തന്റെ പിഗ്മിസ്വത്വമാകുന്ന ഇരവിന്റെയും ദേവസ്വത്വമാകുന്ന
പകലിന്റെയും ഇടക്കുള്ള സാന്ധ്യവെളിച്ചത്തിൽ നിൽപ്പവൻ
തന്നെയാണ് എഴുന്നുനിൽക്കുന്നവനും വീണുകിടക്കുന്നവനും
എന്ന് നിങ്ങളപ്പോൾ മാത്രമേ അറിയൂ. ദേവാലയത്തിന്റെ
മൂലക്കല്ല് അതിന്റെ അടിത്തറയിലെ ഏറ്റവുമെളിയ
ശിലയേക്കാൾ വലുതല്ലെന്നും.

നിയമങ്ങൾ

അനന്തരമൊരു അഭിഭാഷകൻ പറഞ്ഞു:
"ഞങ്ങളുടെ നിയമങ്ങളെക്കുറിച്ചു പറഞ്ഞാലും".
അവൻ ഉത്തരമായി.
നിങ്ങൾ നിയമങ്ങൾ നിർമിക്കുന്നതിലാഹ്ലാദം കൊള്ളുന്നു.
അവ തകർക്കുന്നതിൽ അതിലേറെയും. കുഞ്ഞുങ്ങൾ
മണൽത്തീരത്ത് മണൽക്കൂടുകളുണ്ടാക്കുകയും
പൊട്ടിച്ചിരികളോടെ അവയെ തകർക്കുകയും ചെയ്യുന്നപോലെ.
എന്നാൽ നിങ്ങൾ നിങ്ങളുടെ മണൽഗോപുരങ്ങൾ കെട്ടുമ്പോൾ
കടൽ കൂടുതൽ മണൽ തീരത്തേക്കണക്കുന്നു.
നിങ്ങളവയെ തകർക്കുമ്പോൾ കടൽ
നിങ്ങൾക്കൊപ്പമാർത്തു ചിരിക്കുന്നു.
സത്യം, കടലെല്ലായ്പ്പോഴും നിഷ്കളങ്കർക്കൊപ്പം ചിരിക്കുന്നു.

എന്നാൽ ജീവിതം കടലല്ലാത്തവരും മനുഷ്യനിർമിത
നിയമങ്ങൾ മണൽ ഗോപുരങ്ങളല്ലാത്തവരുമായവരെക്കുറിച്ച്
എന്തുപറയുന്നു?
ജീവിതമൊരു ശിലയായ,നിയമത്തെ ഒരുളിയാക്കി പാറയിൽ
സ്വന്തം ഛായയെ കൊത്തിയെടുക്കുന്നവരെക്കുറിച്ചോ?
നർത്തകരെ വെറുക്കുന്ന മുടന്തനെക്കുറിച്ചോ?
കാനത്തിലെ കലമാനിനെയും പേടമാനിനെയും വഴിതെറ്റി
അലയുന്നവരെന്നു കരുതുന്ന, സ്വന്തം നുകത്തെ

സ്നേഹിക്കുന്ന കാളയെക്കുറിച്ചെന്തു പറയുന്നു?
സ്വന്തം പുറംതൊലിയൂരാനാവാത്ത, മറ്റുള്ളവരെ
നാണംകെട്ടവരെന്നും നഗ്നരെന്നും വിളിക്കുന്ന
വൃദ്ധസർപ്പത്തെക്കുറിച്ചോ?
വിവാഹവിരുന്നിന് കാലേക്കൂട്ടിയെത്തി അമിതഭക്ഷണത്താൽ
തളർന്ന്, എല്ലാ സൽക്കാരങ്ങളും ലംഘനമെന്നും
വിരുന്നൂട്ടുകാരെല്ലാം നിയമലംഘകരുമാണെന്നു പറഞ്ഞ്
സ്ഥലം വിടുന്നവരെക്കുറിച്ചോ?

ഞാനെന്തുപറയും അവരെ പ്രതി? അവരും
സൂര്യവെളിച്ചത്തിൽ നിൽക്കുന്നുവെന്നും എങ്കിലും
സൂര്യനു പിൻതിരിഞ്ഞു നിൽക്കുന്നുവെന്നുമല്ലാതെ.
അവർ അവരുടെ നിഴൽഛായകൾ മാത്രം കാണുന്നു.
അവരുടെ നിഴലുകൾ അവരുടെ നിയമങ്ങളാണ്.
സൂര്യനോ അവർക്കു നിഴൽവീഴ്ത്തുന്നവനല്ലാതെ മറ്റാരാണ്?
കുനിഞ്ഞ്, ഭൂമിക്കുമീതെ വീണുകിടക്കുന്ന സ്വന്തം നിഴലുകളെ
പിൻതുടരുകയല്ലാതെ മറ്റെന്താണ് നിയമാംഗീകാരം?
സൂര്യനെ നോക്കി നടക്കുന്ന നിങ്ങളെ ഭൂമിയിലെഴുതപ്പെട്ട
ഏതു നിഴൽച്ചിത്രത്തിനു പിടിച്ചുനിർത്താനാവും?
കാറ്റൊത്തു യാത്ര ചെയ്യുന്നവരേ, ഏതു കാറ്റുമാപിനിയ്ക്ക്
നിങ്ങളുടെ ദിശ നിർണയിക്കാനാവും?

നിങ്ങൾ മറ്റൊരുവന്റെ കാരാഗൃഹത്തിലാണെങ്കിൽ
പോലും നിങ്ങളുടെ കഴുത്തിലെ നുകം തകർത്തെറിയാൻ
നിങ്ങൾക്കാവുമെങ്കിൽ ഒരു നിയമത്തിനും നിങ്ങളെ
ബന്ധിക്കുവാനാവില്ല.
മറ്റൊരുത്തന്റെ ഇരുമ്പുചങ്ങലകളിൽ തടഞ്ഞു വീഴാതെ
നിങ്ങൾ നർത്തനമാടുകയാണെങ്കിൽ നിങ്ങളേതു
നിയമങ്ങളെ ഭയക്കണം?
നിങ്ങൾ സ്വന്തമുടുപ്പ് വലിച്ചുകീറുകയും അതിനെ ഒരാളുടെയും
പാതയിലുപേക്ഷിക്കാതിരിക്കുകയും ചെയ്താൽ നിങ്ങളെ
ന്യായവിധിയിലേക്കു കൊണ്ടുവരുന്നവനാര്?

ഓർഫലീസിലെ ജനങ്ങളേ, നിങ്ങൾക്ക് പെരുമ്പറയുടെ ശബ്ദത്തെ നിശ്ശബ്ദമാക്കാം. വീണയുടെ തന്ത്രികളെ അയച്ചിടാം. പക്ഷേ വാനമ്പാടിയോട് സംഗീതമുതിർക്കരുതെന്ന് ആര് ആജ്ഞാപിയ്ക്കും?

സ്വാതന്ത്ര്യം

പിന്നീട് ഒരു പ്രഭാഷകൻ പറഞ്ഞു:
"ഞങ്ങളോട് സ്വാതന്ത്ര്യത്തെക്കുറിച്ചു സംസാരിച്ചാലും".

അവനുത്തരമായി:
നഗരകവാടത്തിലും നിങ്ങളുടെ നെരിപ്പോടുകൾക്കരികിലും നിങ്ങൾ പ്രണമിക്കുന്നതും സ്വന്തം സ്വാതന്ത്ര്യത്തെ ആരാധിക്കുന്നതും ഞാൻ കണ്ടു. തങ്ങളെ ഇല്ലാതാക്കുന്നവനെങ്കിലും ഒരു സ്വേച്ഛാധിപതിയുടെ മുന്നിൽ അവനെ പ്രകീർത്തിച്ചുനിൽക്കുന്ന അടിമകളെപ്പോലെ.

ദേവാലയത്തിന്റെ വൃക്ഷത്തോപ്പുകളിലും നഗരച്ചുറ്റുമതിലിന്റെ നിഴലിലും നിങ്ങളിലേറ്റവും സ്വതന്ത്രർ സ്വന്തം സ്വാതന്ത്ര്യത്തെ ഒരു നുകമായും കൈയാമമായും ധരിച്ചത് ഞാൻ കണ്ടിരുന്നു.
എന്റെ ഹൃദയമപ്പോൾ എനിക്കുള്ളിൽ രക്തം ചുരത്തി.
സ്വാതന്ത്ര്യത്തെ അന്വേഷിക്കാനുള്ള മോഹംപോലും നിങ്ങൾക്കൊരു കടിഞ്ഞാണാവുമ്പോൾ, സ്വാതന്ത്ര്യത്തെ ഒരു ലക്ഷ്യമായും പൂർത്തീകരണമായും കണ്ട് സംസാരിക്കുന്നത് നിർത്തുമ്പോൾ മാത്രമേ നിങ്ങൾക്ക് സ്വതന്ത്രരാവാനാവൂ.
എപ്പോഴാണ് നിങ്ങളുടെ പകലുകൾ ശ്രദ്ധയും പരിചരണവുമറ്റതാകുന്നത്, ഇരവുകളിൽ അഭിലാഷങ്ങളോ ആവശ്യങ്ങളോ ദുഃഖങ്ങളോ ഇല്ലാതാകുന്നത്,
നിങ്ങളപ്പോൾ സ്വതന്ത്രരാവും. എന്നാൽ ഇവയെല്ലാം ജീവിതത്തെ വരിയുമ്പോഴും അവക്കുംമീതെ നഗ്നരായും കെട്ടുപാടുകളില്ലാതെയും നിങ്ങളുയരുമ്പോഴേ നിങ്ങൾ ശരിക്കും

സ്വതന്ത്രരായ്ത്തീരുന്നുള്ളൂ.
നിങ്ങളുടെ തിരിച്ചറിവുകളുടെ പ്രഭാതത്തിൽ തന്നെ നിങ്ങളുടെ
മധ്യാഹ്നവിനാഴികകൾക്കുചുറ്റും നിങ്ങൾ ബന്ധിച്ച ചങ്ങലകൾ
തകർക്കാതെ നിങ്ങളേവിധം നിങ്ങളുടെ
പകലിരവുകൾക്കതീതമായുയരും?
ഈ ചങ്ങലകളിൽ ഏറ്റവും കരുത്താർന്നതാണ് സത്യത്തിൽ
സ്വാതന്ത്ര്യം. അതിന്റെ കണ്ണികൾ സൂര്യവെളിച്ചത്തിൽ
വെട്ടിത്തിളങ്ങുമെങ്കിലും നിങ്ങളെ കണ്ണഞ്ചിപ്പിക്കുമെങ്കിലും.

  സ്വതന്ത്രരായിത്തീരാനായി നിങ്ങളുപേക്ഷിക്കുന്ന
നിങ്ങളുടെ ആത്മസത്തയുടെ തുണ്ടുകളല്ലേ അവ? അത്
റദ്ദാക്കപ്പെടേണ്ട നീതിയറ്റൊരു നിയമമാണെങ്കിൽ,
അതെഴുതപ്പെട്ടത് നിങ്ങളുടെ കരങ്ങളാൽ നിങ്ങളുടെ സ്വന്തം
നെറ്റിത്തടത്തിലാണ്.
നിങ്ങളുടെ നിയമഗ്രന്ഥങ്ങൾ അഗ്നിയിൽ ദഹിപ്പിച്ചാലും
ന്യായാധിപരുടെ നെറ്റിയിലെഴുതപ്പെട്ടവക്കുമേൽ ഒരു
കടൽമുഴുക്കെയൊഴിച്ചാലും നിങ്ങൾക്കവ മായ്ക്കാനാവില്ല.
ഒരു സ്വേച്ഛാധിപനെയാണ് നിങ്ങൾക്ക്
അധികാരഭ്രഷ്ടനാക്കേണ്ടതെങ്കിൽ ആദ്യം നശിപ്പിക്കേണ്ടത്
നിങ്ങൾക്കുള്ളിലെഴുതപ്പെട്ട സിംഹാസനമാണ്.
സ്വന്തം സ്വാതന്ത്ര്യത്തിൽ സ്വേച്ഛാധികാരവും
ആത്മാഭിമാനത്തിൽ ലജ്ജയുമില്ലാതെ ഒരു
സ്വേച്ഛാധിപനെങ്ങനെ സ്വതന്ത്രരെയും അഭിമാനികളെയും
അടക്കിഭരിക്കാനൊക്കും?

  നിങ്ങൾ ഉരിഞ്ഞെറിയാനാഗ്രഹിക്കുന്നൊരു
ക്ലേശമാണതെങ്കിൽ ആ ക്ലേശം നിങ്ങളിലടിച്ചേൽപ്പിക്കപ്പെട്ടതല്ല,
നിങ്ങളാൽ തെരഞ്ഞെടുക്കപ്പെട്ടതാണ്.

  അതൊരു ഭയമാണെങ്കിൽ, ആ ഭയം യഥാർഥത്തിൽ
നിങ്ങളുടെ ഹൃദയത്തിലാണ്. ഭയപ്പെടുത്തുന്നവന്റെ
കൈകളിലല്ല.

നിങ്ങളാശിക്കുന്നതും ഭയക്കുന്നതും വെറുക്കുന്നതും സൂക്ഷിക്കുന്നതും പിന്തുടരുന്നതും ഉപേക്ഷിക്കുന്നതുമായ വസ്തുക്കളെല്ലാം നിങ്ങൾക്കുള്ളിൽ സ്ഥിരം ചലിച്ചുകൊണ്ടിരിക്കുന്നു. അന്യോന്യമിടകലരുന്ന പ്രകാശവും നിഴലുകളുമായി ഇവ നിങ്ങൾക്കുള്ളിൽ ചലിക്കുന്നു. നിഴലലിഞ്ഞില്ലാതാകുമ്പോൾ മടിച്ചുനിൽക്കുന്ന പ്രകാശം മറ്റൊരു വെളിച്ചത്തിന്റെ നിഴലായിത്തീരുന്നു. അപ്രകാരം ചങ്ങലകൾ നഷ്ടമായ നിങ്ങളുടെ സ്വാതന്ത്ര്യം കൂടുതൽ മഹത്തരമെരു സ്വാതന്ത്ര്യത്തിന്റെ കണ്ണിയായിത്തീരുന്നു.

വിവേകവും വികാരവും

പുരോഹിത വീണ്ടും സംസാരിച്ചു:
"ഞങ്ങളോട് വിവേകത്തെയും വികാരത്തെയും കുറിച്ചുരിയാടിയാലും".

അവനിപ്രകാരമുത്തരമായി.
നിങ്ങളുടെ ആത്മാവ് പലപ്പോഴുമൊരുയുദ്ധഭൂവാണ്.
അവിടെ നിങ്ങളുടെ വിവേകവും വിധിയും നിങ്ങളുടെ വികാരത്തിനും വിശപ്പിനുമെതിരായി യുദ്ധം ചെയ്യുന്നു.
നിങ്ങളുടെ ആത്മാവിൽ സമാധാനം സൃഷ്ടിക്കുന്നവനാവാൻ എനിക്കായെങ്കിൽ.
അപ്രകാരം നിങ്ങളുടെ ആഴങ്ങളിലെ വൈരാഗ്യത്തെയും മത്സരത്തെയും ഒരുമിപ്പിക്കാനും ഒരു സംഗീതമാക്കാനും കഴിഞ്ഞെങ്കിൽ.

നിങ്ങൾ തന്നെ സമാധാനം സൃഷ്ടിക്കുന്നവരും നിങ്ങ ളിലെ ആന്തരികതയുടെ പ്രണയികളുമാവാതെ എനിക്കെങ്ങനെയാണാവുക?

കടൽയാത്രികനായ നിങ്ങളുടെയാത്മാവിന്റെ ചുക്കാനും കാറ്റുപായയുമാണ് നിങ്ങളുടെ വിവേകവും വികാരവും.

നിങ്ങളുടെ ചുക്കാനോ കാറ്റുപായയോ തകർന്നുവെന്നാകിൽ
നിങ്ങൾക്ക് ആടിയുലഞ്ഞൊഴുകാം.
അല്ലെങ്കിൽ സമുദ്രമധ്യേ നിശ്ചലമാകാം.
എന്തെന്നാൽ ഒറ്റക്കു ഭരിക്കുകയെന്നത് വിവേകം ശക്തിയെ
കുരുക്കിയിടുന്നതിനു തുല്യമാണ്.
അതുപോലെ ജാഗ്രതയറ്റ വികാരം സ്വയം തീരോളം
കത്തിയെരിയുന്നൊരു ജ്വാലയാണ്. അതിനാൽ
നിങ്ങളുടെയാത്മാവ് വിവേകത്തെ വികാരത്തിനും
മുകളിലേക്കുയർത്തി, സംഗീതമാലപിയ്ക്കട്ടെ. നിങ്ങളുടെ
വികാരത്തെ യുക്തിയാൽ നയിക്കപ്പെടാനനുവദിക്കുക.
ചാരത്തിൽ നിന്നുയർത്തെണീക്കുന്ന ഫീനിക്സ്
പക്ഷിയെപ്പോലെ സ്വയം ദഹിച്ചുണ്ടായ ചാരത്തിനു മീതെ
പറന്നുയർന്ന് ദിനവുമുള്ള ഉയിർത്തെഴുന്നേൽപ്പിലൂടെ
നിങ്ങളുടെ വികാരാവേശം ജീവിക്കട്ടെ.

നിങ്ങളുടെ ഗൃഹസന്ദർശനത്തിനെത്തിയ
രണ്ടതിഥികൾ കണക്കേ നിങ്ങൾ വിവേകത്തെയും
വിശപ്പിനെയും പരിഗണിക്കുക.
തീർച്ച, നിങ്ങളീ അതിഥികളിലൊരാളിൽ മാത്രം ശ്രദ്ധ
വയ്ക്കുകയില്ല, കാരണമത് രണ്ടതിഥികളുടെയും
സ്നേഹവിശ്വാസങ്ങളെ നഷ്ടമാക്കുന്നു.

വിദൂരവയലുകളുടെ,
പുൽപ്പരപ്പുകളുടെ ശാന്തിയും സ്വച്ഛതയുമറിഞ്ഞ്
വെൺപോപ്ലാർവൃക്ഷങ്ങളുടെ തണുത്ത തണലിലിരിക്കുമ്പോൾ,
നിങ്ങളുടെ ഉള്ളം നിശ്ശബ്ദം പറയട്ടെ, 'ദൈവം വിവേകത്തിൽ
വിശ്രാന്തികൊള്ളുന്നു'.
കൊടുങ്കാറ്റ് കാടിനെയുലക്കുമ്പോൾ, ഇടിമിന്നലുകൾ
ആകാശത്തിന്റെ രാജകീയത പ്രഖ്യാപിക്കുമ്പോൾ നിങ്ങളുടെ
ഹൃദയത്തെ ഭയഭക്തി ബഹുമാനങ്ങളോടെ ഇങ്ങനെ
പറയാനനുവദിക്കുക.
"ദൈവം വികാരത്തിലൂടെ സഞ്ചരിക്കുന്നു".

നിങ്ങൾ ദേവമണ്ഡലത്തിലെ ഒരു ശ്വാസവും
ദൈവത്തിന്റെ കാനനത്തിലെ ഒരിലയുമാകയാൽ നിങ്ങളും
വിവേകത്തിൽ വിശ്രാന്തികൊള്ളുകയും വികാരത്തിലൂടെ
സഞ്ചരിക്കുകയും ചെയ്യുക.

വേദന

അനന്തരമൊരു സ്ത്രീ പറഞ്ഞു:
"ഞങ്ങളോട് നോവിനെക്കുറിച്ചു പറഞ്ഞാലും".

അവൻ പറഞ്ഞു:
നിങ്ങളുടെ തിരിച്ചറിവുകളെ മൂടിനിൽക്കുന്ന തോടിന്റെ
പൊട്ടിപ്പിളരലാണ് നിങ്ങളുടെ വേദന. സൂര്യനിൽ
ഹൃദയമർപ്പിച്ചു നിൽപ്പതിന്നായി ഫലത്തിന്റെ പുറന്തോടു
പൊട്ടേണ്ടിയിരിക്കുന്നതുപോലെ, നിങ്ങളും
വേദനയറിയേണ്ടിയിരിക്കുന്നു.
അത്ഭുതങ്ങളിൽ ആശ്ചര്യംകൊള്ളുമാറ് ഹൃത്തിനെ നിങ്ങൾക്കു
സൂക്ഷിക്കാനാവുമെങ്കിൽ നിങ്ങളുടെ ആഹ്ലാദങ്ങളെക്കാൾ
കുറഞ്ഞ അത്ഭുതം പേറുന്നതാണ് നിങ്ങളുടെ വേദനയെന്ന്
നിങ്ങൾക്കനുഭവപ്പെടുകയില്ല.
നിങ്ങളുടെ വയലേലകൾക്കുമീതേ കടന്നുപോയ ഋതുക്കളെ
നിങ്ങളെന്നും സ്വീകരിച്ചിരുന്നതുപോലെ നിങ്ങളുടെ
ഹൃദയത്തിന്റെ ഋതുക്കളെ നിങ്ങൾ സ്വീകരിക്കും.
സമചിത്തതയോടെ നിങ്ങളവയെ നിങ്ങളുടെ ദുഃഖത്തിന്റെ
മഞ്ഞുകാലത്തിലൂടെ നോക്കും. നിങ്ങളുടെ
നോവുകളിലധികവും സ്വയം തിരഞ്ഞെടുക്കപ്പെട്ടവയാണ്.
നിങ്ങളിലെ ഭിഷഗ്വരൻ നിങ്ങളിലെ മുറിവുപറ്റിയ ആത്മത്തെ
സുഖപ്പെടുത്താനുപയോഗിക്കുന്ന കയ്പുറ്റൊരൗഷധമാണത്.
അതിനാൽ ഭിഷഗ്വരനെ വിശ്വസിക്കുക. അദ്ദേഹം പകരുന്ന
ഔഷധം നിശ്ശബ്ദതയിലും പ്രശാന്തതയിലും പാനം ചെയ്ക.

എന്തെന്നാൽ അവന്റെ കരങ്ങൾ കഠിനമെങ്കിലും അവൻ

അദൃശ്യതയുടെ മൃദുഹസ്തത്താൽ നയിക്കപ്പെടുന്നു.
അവൻ കൊണ്ടുവരുന്ന പാനപാത്രം നിങ്ങളുടെ അധരങ്ങളെ
പൊള്ളിച്ചേക്കാം, എന്നാൽ തന്റെ വിശുദ്ധാശ്രുക്കളാൽ കുശവൻ
നനച്ചെടുത്ത കളിമണ്ണിൽ നിന്നുമാണത്
മെനഞ്ഞെടുക്കപ്പെട്ടിട്ടുള്ളത്.

ആത്മജ്ഞാനം

അനന്തരമൊരാൾ പറഞ്ഞു:
"ഞങ്ങളോട് ആത്മജ്ഞാനത്തെക്കുറിച്ചുരിയാടിയാലും".
          അവനിപ്രകാരമുത്തരമായി.
നിങ്ങളുടെ ഹൃദയം നിശ്ശബ്ദതയിൽ
പകലിരവുകളുടെ നിഗൂഢതകളറിയുന്നു. എന്നാൽ നിങ്ങളുടെ
കാതുകൾ നിങ്ങളുടെ സ്വന്തം ഹൃദയവിജ്ഞാനത്തിന്റെ
നാദങ്ങൾക്കായി ദാഹിക്കുന്നു.
ചിന്തകളിലറിഞ്ഞുകൊണ്ടിരുന്നതിനെ നിങ്ങൾ
വാക്കുകളിലൂടെയറിയും.
നിങ്ങളുടെ സ്വപ്നങ്ങളുടെ നഗ്നശരീരങ്ങളെ നിങ്ങൾ
കൈവിരലുകളാൽ തൊട്ടറിയും. ഇതെല്ലാമാവും നിങ്ങൾക്ക്.
നിങ്ങളുടെ ആത്മാവിന്റെ നിഗൂഢമായ നീരുറവ കുതിച്ചുയർന്ന്,
മർമരമുതിർത്ത് സമുദ്രത്തിലേക്കൊഴുകണം.
നിങ്ങളിലെയാഴങ്ങളിലെ നിധി നിങ്ങളുടെ കണ്ണുകൾക്കുമുന്നിൽ
വെളിവാക്കപ്പെടും.
നിങ്ങളുടെ അജ്ഞാതനിധികളെ അളക്കാൻ മാനങ്ങളില്ലാതെ
വരട്ടെ. അത്തരം മാനങ്ങളാൽ നിങ്ങളുടെ ജ്ഞാനത്തെ
തേടുകയുമരുത്. കാരണം ആത്മം ഒരു കടൽകണക്കേ
അളവും പരിധിയുമറ്റതാണ്.
'ഞാൻ സത്യം കണ്ടെത്തി' എന്നു പറയരുത്. പകരം
'ഞാനൊരു സത്യം കണ്ടെത്തി' യെന്നു പറയുക.

          'ഞാൻ ആത്മാവിലേക്കുള്ള വഴിയറിഞ്ഞെ' ന്നു
പറയരുത്. പകരം 'എന്റെ വഴിയിലൂടെ ചരിക്കുന്ന

ആത്മാവിനെ ഞാൻ കണ്ടുമുട്ടി' എന്നു പറയൂ.
എന്തെന്നാൽ ആത്മാവ് സർവപാതകളിലൂടെയും ചരിക്കുന്നു.
ആത്മാവ് ഒരു രേഖയിലൂടെ ചരിക്കുന്നില്ല. അതൊരു
മുളന്തണ്ടായ് വളരുന്നുമില്ല. അത്, എണ്ണമറ്റ ഇതളുകളുള്ളൊരു
താമരപോലെ സ്വയം വിടരുന്നു

അധ്യാപനം

പിന്നീട് ഒരധ്യാപകൻ പറഞ്ഞു:
"ഞങ്ങളോട് അധ്യാപനത്തെക്കുറിച്ചുപറഞ്ഞാലും".
അവൻ മറുമൊഴിയായി.
നിങ്ങളുടെ ജ്ഞാനത്തിന്റെ പുലരിയിൽ
പാതിനിദ്രയിൽ കിടന്നിരുന്നതിനെയല്ലാതെ മറ്റൊന്നും
വെളിപ്പെടുത്തിത്തരാൻ ആർക്കുമാവില്ല.

അനുയായികളൊന്നിച്ച് ദേവാലയത്തിന്റെ
നിഴൽത്തണുപ്പിലൂടുലാത്തുന്ന ഗുരു തന്റെ അറിവിനെയല്ല,
മറിച്ച് സ്നേഹത്തെയും വിശ്വാസത്തെയുമാണ് അവർക്ക്
ദാനം ചെയ്യുന്നത്. അദ്ദേഹം യഥാർഥജ്ഞാനിയെങ്കിൽ തന്റെ
ജ്ഞാനഗൃഹത്തിലേക്കു പ്രവേശിക്കാൻ നിങ്ങളെയദ്ദേഹം
ക്ഷണിക്കുകയില്ല. മറിച്ച് നിങ്ങളുടെ മനസ്സിലേക്ക് നിങ്ങളെ
നയിക്കും.

ശൂന്യാകാരത്തെക്കുറിച്ചുള്ള തന്റെ തിരിച്ചറിവുകളെക്കു
റിച്ച് ജ്യോതിശാസ്ത്രജ്ഞൻ നിങ്ങളോടു സംസാരിച്ചേക്കാം.
എന്നാൽ തന്റെ തിരിച്ചറിവുകളെ നിങ്ങൾക്കു പകരാൻ
അയാൾക്കാവുകയില്ല.

ചുറ്റും നിറഞ്ഞുനിൽക്കുന്ന താളത്തെക്കുറിച്ച്
സംഗീതജ്ഞൻ നിങ്ങളോടു പാടിയേക്കാം. എന്നാൽ
ആ താളത്തെ സ്വാംശീകരിക്കുന്ന കാതോ, അതിനെ
പ്രതിധ്വനിപ്പിക്കുന്ന നാദമോ നൽകാൻ അയാൾക്കാവുകയില്ല.

സംഖ്യാശാസ്ത്രത്തിൽ അറിവുള്ളൊരുവന്
അളവുതൂക്കങ്ങളുടെ മേഖലകളെക്കുറിച്ച്
നിങ്ങളോടുരിയാനാവും. എന്നാൽ നിങ്ങളെ
അവിടേക്കാനയിക്കുക വയ്യ.
എന്തെന്നാൽ ഒരുവന്റെ ദർശനം മറ്റൊരുവന് തന്റെ
ചിറകുകൾ കടംകൊടുക്കുന്നില്ല.
ദൈവത്തിന്റെ ജ്ഞാനത്തിൽ നിങ്ങളോരോരുത്തരും
തനിയെയാണു നിൽക്കുന്നത്. ആകയാൽ ദൈവത്തെക്കുറിച്ചുള്ള
ജ്ഞാനത്തിലും ഭൂമിയെക്കുറിച്ചുള്ള തിരിച്ചറിവുകളിലും
നിങ്ങളോരോരുത്തരും ഏകരാവണം.

സൗഹൃദം

യുവാക്കൾ പറഞ്ഞു:
"ഞങ്ങളോട് സൗഹൃദത്തെക്കുറിച്ചു പറഞ്ഞാലും".
അവനിങ്ങനെയുത്തരമായി.

"ഉത്തരം കിട്ടിയ നിങ്ങളുടെയാവശ്യങ്ങളാണ്
നിങ്ങളുടെ സുഹൃത്ത്. അവൻ നിങ്ങളുടെ വയലാണ്.
നിങ്ങളതിൽ സ്നേഹത്തോടെ വിതയിടുകയും നന്ദിപൂർവം
കൊയ്യുകയും ചെയ്യുന്നു. അവൻ നിങ്ങളുടെ തീൻമേശയും
തീകായുമിടവുമാകുന്നു. വിശപ്പുമായി
നിങ്ങളവനിലേക്കണയുന്നു,
സമാധാനത്തിനായവനെ തേടുന്നു.
നിങ്ങളുടെ സുഹൃത്ത് ഹൃദയം തുറന്നു
സംസാരിക്കുമ്പോൾ നിങ്ങൾക്കുള്ളിലെ അശുഭകരമായതിനെ
നിങ്ങൾ ഭയക്കുന്നില്ല.
ശരികളെ പിടിച്ചുനിർത്തുന്നുമില്ല. അവൻ നിശ്ശബ്ദനാകുമ്പോൾ
നിങ്ങളുടെ ഹൃദയം അവന്റെ ഹൃദയത്തെ
കേൾക്കുന്നതവസാനിപ്പിക്കുന്നില്ല.

വാക്കുകളുടെ സാമീപ്യമില്ലാതെ സർവചിന്തകളും

മോഹങ്ങളും പ്രതീക്ഷകളും കൊട്ടിഘോഷിക്കപ്പെടാതെ
ആനന്ദപൂർവം പിറവികൊള്ളുകയും പകുക്കപ്പെടുകയും
ചെയ്യുന്നു, സൗഹൃദത്തിൽ. സുഹൃത്തിനോടു
യാത്രചൊല്ലുമ്പോൾ നിങ്ങൾ ദുഃഖിക്കുന്നില്ല.
എന്തെന്നാൽ അവനിൽ നിങ്ങൾക്കേറെ പ്രിയതരമായത്
അവന്റെ അഭാവത്തിൽ കൂടുതൽ വ്യക്തമാകുന്നു.
സമതലത്തിൽ നിന്നു വീക്ഷിക്കുമ്പോൾ
പർവതാരോഹകന് പർവതം കൂടുതൽ വ്യക്തമാകും പോലെ,
ആത്മാവിന്റെ ആഴമേറ്റുകയല്ലാതെ മറ്റൊരു ലക്ഷ്യവും
സൗഹൃദത്തിനുണ്ടാവാതിരിക്കട്ടെ. സ്വന്തം നിഗൂഢതകളുടെ
അനാവൃതിയ്ക്കപ്പുറം മറ്റെന്തെങ്കിലും തേടുന്ന സ്നേഹം,
സ്നേഹമല്ല; മറിച്ച്, വീശിയെറിയപ്പെട്ടൊരു വലയാണത്.
നിഷ്പ്രയോജനകരമായവ മാത്രംആ വലയിൽ കുരുങ്ങുന്നു.
നിങ്ങളിലെ ഏറ്റവും മികച്ചത് നിങ്ങളുടെ
സുഹൃത്തിനുള്ളതാവട്ടെ. നിങ്ങളുടെ തിരയുടെ വേലിയിറക്കം
അവനറിയുമെങ്കിൽ വേലിയേറ്റവുമറിയട്ടെ.
സമയം കൊല്ലാനാണ് നിങ്ങൾ സുഹൃത്തിനെ തേടുന്നതെങ്കിൽ
എന്തിനാണ് ആ സുഹൃത്ത്?
ജീവിക്കുവാനുള്ള നേരങ്ങൾക്കായി
അവനെയെപ്പോഴുമന്വേഷിക്കുക.
അവനിലുള്ളത് നിങ്ങളുടെ ആവശ്യത്തെയാണു നിറക്കുക,
നിങ്ങളുടെ ശൂന്യതയെയല്ല. സൗഹൃദത്തിന്റെ മാധുര്യത്താൽ
പൊട്ടിച്ചിരികളും ആഹ്ലാദത്തിന്റെ പങ്കിടലുമുണ്ടാവട്ടെ.
എന്തെന്നാൽ കുഞ്ഞുകാര്യങ്ങളുടെ മഞ്ഞുതുള്ളികളിലാണ്
ഹൃദയമതിന്റെ പ്രഭാതവും നവോന്മേഷവും നേടുന്നത്.

സംസാരം

പിന്നീടൊരു പണ്ഡിതൻ ചൊല്ലി:
"സംസാരത്തെക്കുറിച്ചു പറഞ്ഞാലും".
ചിന്തകളുമൊത്ത് സമാധാനപൂർവം ചരിക്കവയ്യാതെ
വരുമ്പോൾ നിങ്ങൾ സംസാരിക്കുന്നു.

ഹൃദയവിശ്രാന്തിയിൽ വസിക്കുവാനാവാതെ വരുമ്പോൾ
നിങ്ങളുടെ ഹൃത്ത് അധരങ്ങളിൽ ജീവിക്കുന്നു.
ശബ്ദമാവട്ടെ, ഒരു വിനോദവും വൃതിചലനവുമാകുന്നു.
നിങ്ങളുടെ മിക്ക ഭാഷണങ്ങളിലും ചിന്തകൾ
പാതിമൃതരാക്കപ്പെടുന്നു.

എന്തെന്നാൽ ചിന്ത അനന്തതയിലെ പക്ഷിയാണ്.
വാക്കുകളുടെ കൂട്ടിൽ അവ ചിറകുനീർത്തുവെങ്കിലും
പറക്കുവാനാവില്ല.
ഏകാന്തരാവുമെന്ന് ഭയന്ന് സംഭാഷണപ്രിയരെ
തേടുന്നവർ നിങ്ങൾക്കിടെയുണ്ട്.
ഏകാകിതയുടെ നിശ്ശബ്ദത അവരുടെ ആത്മാവിന്റെ
നഗ്നത അവരുടെ കണ്ണുകൾക്കു മുന്നിൽ
വെളിപ്പെടുത്തുന്നു.
അവരോടിയൊളിക്കും അതിൽനിന്ന്.

സ്വയം തിരിച്ചറിയാത്തൊരു സത്യത്തെ,
അതേക്കുറിച്ചറിവോ മുൻധാരണയോ കൂടാതെ
വെളിപ്പെടുത്തുന്ന ചില സംഭാഷകരുണ്ട്. എന്നാൽ ഉള്ളിൽ
സത്യം പേറുന്ന ചിലരാട്ടെ, വാക്കാലതിനെ
വെളിപ്പെടുത്തുന്നുമില്ല.
ഇത്തരക്കാരുടെ നെഞ്ചിൽ ആത്മാവ് താളാത്മകമായ
നിശ്ശബ്ദതയോടെ പാർക്കുന്നു.

നിങ്ങളുടെ സ്നേഹിതനെ വഴിയോരത്തോ, ചന്തയിലോ
കണ്ടുമുട്ടുമ്പോൾ നിങ്ങളിലെ ആത്മാവ് അധരങ്ങളെ
ചലിപ്പിക്കുകയും നാക്കിന് മാർഗദർശനമേകുകയും ചെയ്യട്ടെ.
നിങ്ങളിലെ നാദത്തിനുള്ളിലെ നാദം അവന്റെ കാതിനുള്ളിലെ
കാതിനോടുരിയാടട്ടെ; നിറവും പാനപാത്രവും വിസ്മരിച്ചും
വീഞ്ഞിന്റെ രുചി സ്മരിക്കപ്പെടുംപോൾ
അവന്റെ ഹൃത്ത് നിങ്ങളുടെ ഹൃദയസത്യം സൂക്ഷിച്ചുകൊള്ളും.

കാലം

അനന്തരമൊരു ജ്യോതിശാസ്ത്രജ്ഞൻ ചോദിച്ചു,
'ഗുരോ, കാലത്തെക്കുറിച്ചെന്തുപറയാനുണ്ട്'?
        അളവറ്റതും അളന്നെടുക്കവയ്യാത്തതുമായ
കാലത്തെ നിങ്ങൾ ഗണിക്കും.
നിങ്ങളുടെ സ്വഭാവത്തെ ഋതുക്കൾക്കും
വിനാഴികകൾക്കുമൊപ്പിച്ച് നിങ്ങൾ ചിട്ടപ്പെടുത്തും.
ആത്മാവിന്റെ ഗതിയ്ക്ക് മാർഗനിർദേശമേകും.
കാലത്താൽ നിങ്ങളൊരരുവിയെ സൃഷ്ടിക്കുകയും അതിന്റെ
കരയിലിരുന്ന് ഒഴുക്കിനെ നിരീക്ഷിക്കുകയും ചെയ്യും.
എന്നാൽ നിങ്ങളിലെ കാലമറ്റത് ജീവിതത്തിന്റെ
കാലരാഹിത്യത്തെക്കുറിച്ച് ബോധവാനാണ്.
ഇന്നലെ, ഇന്നിന്റെ സ്മൃതിമാത്രമാണെന്നും നാളെ ഇന്നിന്റെ
സ്വപ്നമാണെന്നും അതറിയുന്നു.
നിങ്ങൾക്കുള്ളിൽ സംഗീതമുതിർക്കുകയും ധ്യാനിക്കയും
ചെയ്യുന്ന ആത്മാവ്, നക്ഷത്രങ്ങളെ വാനിലേക്കു ചിതറിച്ച
ആ ആദിമാത്രയിൽ, അതിന്റെ അതിരുകൾക്കുള്ളിൽ ഇപ്പോഴും
വസിക്കുന്നുവെന്നറിയുന്നു.

        നിങ്ങളിലാരാണ് തിരിച്ചറിയാത്തത്,
സ്നേഹിക്കുവാനുള്ള തന്റെ ശക്തി അനന്തമാണെന്ന്.
അന്തമില്ലാത്തതും സ്വന്തം സത്തക്കുള്ളിൽ കുരുങ്ങിക്കിടപ്പതും
സ്നേഹചിന്തകളിൽനിന്നു സ്നേഹചിന്തകളിലേക്കോ
സ്നേഹപ്രവൃത്തിയിൽ നിന്നു സ്നേഹപ്രവൃത്തിയിലേക്കോ
ചരിക്കാത്ത ആ യഥാർഥ സ്നേഹം എന്നിട്ടുമാരാണ്
അനുഭവിച്ചറിയാത്തത്? സ്നേഹം പോലെ, കാലവും
അഖണ്ഡവും ചുവടുകളറ്റതുമല്ലേ?

        എന്നാൽ കാലത്തെ ഋതുക്കളായി നിങ്ങൾക്കളക്കണമെ
ങ്കിൽ, ഓരോ ഋതുവും മറ്റെല്ലാ ഋതുക്കളെയും വലയം ചെയ്യട്ടെ.
ഇന്ന് ഇന്നലെയ സ്മൃതികളോടെയും ഭാവിയെ
മോഹങ്ങളോടെയും ആലിംഗനം ചെയ്യട്ടെ.

നന്മയും തിന്മയും

നഗരത്തിലെ പ്രായം ചെന്നൊരാൾ ചോദിച്ചു:
"നന്മതിന്മകളെ പ്രതി ഞങ്ങളോടു പറഞ്ഞാലും".
അവൻ പറഞ്ഞു:

നിങ്ങളിലെ നന്മയെക്കുറിച്ചെനിക്കു
സംസാരിക്കുവാനാവും. പക്ഷേ തിന്മയെക്കുറിച്ചാവില്ല.
എന്തെന്നാൽ തിന്മയെന്നത് സ്വന്തം ദാഹത്താലും വിശപ്പാലും
പീഡിതനായ നന്മതന്നെയല്ലേ?
സത്യം, നന്മ ഇരുൾ ഗുഹകളിൽ പോലുമന്നം തേടുന്നു.
ദാഹിക്കുമ്പോൾ മൃതജലം പോലും പാനം ചെയ്യുന്നു.
നിങ്ങൾ നിങ്ങളോടൊരുമിക്കുമ്പോൾ നന്മയുള്ളവരാകുന്നു.
എങ്കിലും നിങ്ങൾ നിങ്ങളോടൊരുമിക്കാത്തപ്പോൾ
തിന്മയുള്ളവരാകുന്നില്ല.
എന്തെന്നാൽ ഒരു തകർന്നവീട് മോഷ്ടാക്കളുടെ താവളമല്ല,
അത് തകർന്ന വീടുമാത്രമാണ്. ചുക്കാനറ്റൊരു യാനം
അപകടകരമായ ദ്വീപുകൾക്കിടയിലൂടലഞ്ഞെന്നു വരാം,
ലക്ഷ്യമറ്റ്. എന്നാൽ കടലിന്നടിത്തട്ടോളം താഴുന്നില്ല.
നിങ്ങൾ നിങ്ങളെത്തന്നെ ദാനം ചെയ്യാൻ തുനിയുമ്പോൾ
നന്മനിറഞ്ഞവരാണ്. എന്നാൽ നിങ്ങൾ നിങ്ങൾക്കായി
നേട്ടങ്ങളന്വേഷിച്ചാൽ തിന്മയുള്ളവരാകുന്നില്ല.

എന്തെന്നാൽ നേട്ടങ്ങൾ തേടുമ്പോൾ നിങ്ങൾ
മണ്ണോടള്ളിപ്പിടിച്ച് അതിന്റെ മാറിടത്തെ ഊറ്റിക്കുടിക്കുന്ന
ഒരു വേരു മാത്രമാണ്.
തീർച്ച, ഫലത്തിന് വേരിനോടിപ്രകാരമുരിയാടുക വയ്യ,
'വിളഞ്ഞ് പൂർണമായതും സ്വന്തം സമൃദ്ധി
ദാനം നൽകുന്നതുമായ എന്നെപ്പോലെയാവൂ'.
എന്തെന്നാൽ നൽകുകയെന്നത് ഫലത്തിന്റെ ആവശ്യമാണ്.
സ്വീകരിക്കൽ വേരിന്റെയെന്ന പോലെ.

നിങ്ങളുടെ സംഭാഷണത്തിൽ നിങ്ങൾ പൂർണമായും
ജാഗ്രരെങ്കിൽ നിങ്ങൾ നന്മയാർന്നവരാണ്.

എന്നാൽ ലക്ഷ്യമറ്റ് നിങ്ങളുടെ അധരങ്ങൾ ചലിക്കുമ്പോൾ
നിങ്ങൾ നിദ്രയിലായിരുന്നെങ്കിൽ നിങ്ങൾ തിന്മയുള്ളവരല്ല.
ഇടമുറിയുന്നൊരു സംഭാഷണം ദുർബലമായൊരു
നാക്കിനെ ശാക്തീകരിച്ചേക്കാം.

നിങ്ങളുടെ ലക്ഷ്യത്തിലേക്ക് ഉറച്ച കാൽവയ്പ്പാൽ
നടക്കുമ്പോൾ നിങ്ങൾ നന്മ നിറഞ്ഞവരാണ്.
എന്നാൽ മുടന്തിക്കൊണ്ട് അങ്ങിങ്ങലയുമ്പോൾ
നിങ്ങൾ തിന്മയുള്ളവരല്ല.
മുടന്തുന്നവർ പോലും പിന്തിരിയുന്നില്ല.
എന്നാൽ നിങ്ങളിലാരും തന്നെ ശക്തരും
ഊർജസ്വലരുമായിരിക്കേ മുടന്തരുടെ മുൻപിൽ ദയവു ഭാവിച്ച്
മുടന്തി നടക്കരുത്.

എണ്ണമറ്റ വഴികളിൽ നിങ്ങൾ നന്മയുള്ളവരാണ്.
എന്നാൽ നിങ്ങൾ നന്മയില്ലാത്തവരാകുമ്പോഴും
തിന്മയുള്ളവരല്ല. നിങ്ങൾ അലസരായലയുക മാത്രം ചെയ്യുന്നു.
മാനുകൾക്ക് ആമയെ വേഗത പഠിപ്പിക്കാനാവാത്തത് കഷ്ടം.
ബൃഹത്തായൊരാത്മത്തിനായുള്ള നിങ്ങളുടെ മോഹത്തിൽ
നിങ്ങളുടെ നന്മ സ്ഥിതിചെയ്യുന്നുണ്ട്.
ആ മോഹമാകട്ടെ, നിങ്ങളിലെല്ലാവരിലുമുണ്ട്.
എങ്കിലും മലഞ്ചെരിവുകളുടെ നിഗൂഢതകളും കാനനത്തിന്റെ
സംഗീതവും പേറി അതിശക്തം സമുദ്രത്തിലേക്കൊഴുകുന്ന
പ്രവാഹമാണ് നിങ്ങളിൽ ചിലരിലാ മോഹം. ചിലരിൽ,
തീരമെത്തും മുൻപ് വളവുകളിലും
ഏങ്കോണിപ്പുകളിലും തട്ടി മടിച്ചുനിൽക്കുന്ന ആഴം
കുറഞ്ഞൊരു നദിയും.
എങ്കിലും ഏറെ മോഹമുള്ളവൻ എളിയമോഹമുള്ളവനോടു
പറയാതിരിക്കട്ടെ, "എന്തിനുവേണ്ടിയാണ് നീ വേഗമറ്റും
ഇടമുറിഞ്ഞുമൊഴുകുന്നത്?"
എന്തെന്നാൽ നന്മയേറിയത്
നഗ്നനായതിനോടു ചോദിക്കരുത്,

'എവിടെ നിന്റെ ഉടയാടകൾ?'
ഭവനരഹിതനോടരുത്,
'നിന്റെ ഗൃഹത്തിനുമേൽ പതിക്കപ്പെട്ടതെന്ത്?"

പ്രാർഥന

അനന്തരം പുരോഹിത പറഞ്ഞു:
"പ്രാർഥനയെക്കുറിച്ചു പറഞ്ഞാലും ഞങ്ങളോട്".
           അവൻ ഉത്തരമരുളി.
നിങ്ങളുടെ കഷ്ടതകളിലും ആവശ്യങ്ങളിലും
നിങ്ങൾ പ്രാർഥിക്കുന്നു.
അപ്പോൾ ആഹ്ലാദങ്ങളുടെ നിറവിലും തികവിന്റെ ദിനങ്ങളിലും
നിങ്ങൾ പ്രാർഥിക്കേണ്ടതാണല്ലോ.
എന്തെന്നാൽ ജീവസ്സാർന്ന അന്തരീക്ഷത്തിലേക്കുള്ള
നിങ്ങളുടെ വികാസം കൊള്ളലല്ലേ പ്രാർഥന?
നിങ്ങളുടെ ഇരുളിനെ അന്തരീക്ഷത്തിലേക്കു പകരുന്നത്
നിങ്ങളുടെ സ്വാസ്ഥ്യത്തിനുവേണ്ടിയെങ്കിൽ
നിങ്ങളുടെ ഹൃത്തിന്റെ പുലർവെട്ടത്തെ പകരുന്നതും
നിങ്ങളുടെ സ്വാസ്ഥ്യത്തിനായാണ്.
കരയാനല്ലാതെ മറ്റൊന്നിനുമാവാത്ത നേരത്ത്
നിങ്ങളുടെയാത്മാവ് നിങ്ങളെ പ്രാർഥിയ്ക്കാൻ വിളിക്കുമ്പോൾ
വിതുമ്പിക്കൊണ്ടായാലും നിങ്ങൾ ചിരിക്കുവോളം
അവൾ നിങ്ങളെ പിന്നെയും പിന്നെയും ഉത്തേജിപ്പിക്കും.
നിങ്ങൾ പ്രാർഥിക്കേ, അന്നേരം പ്രാർഥിക്കുന്നവരെ
കണ്ടുമുട്ടുന്നതിനായി വായുവിലേക്കുയരുന്നു.
പ്രാർഥനയില്ലാതെ അവരെ നിങ്ങളൊരിക്കലും
കാണാനിടയില്ല. ആകയാൽ നിങ്ങളുടെ
അദൃശ്യക്ഷേത്രസന്ദർശനം മധുരതരമായ ബന്ധങ്ങൾക്കും
സ്വർഗീയാനന്ദത്തിനും വേണ്ടിയല്ലാതെ
മറ്റൊന്നിനുമാകാതിരിക്കട്ടെ.
യാചനയെന്നതിനപ്പുറം മറ്റ് ഉദ്ദേശ്യങ്ങളൊന്നുമില്ലാതെയാണ്
നിങ്ങൾ ദേവാലയത്തിൽ കടക്കുന്നതെങ്കിൽ നിങ്ങൾക്കൊന്നും

ലഭിക്കുകയില്ല.
നിങ്ങളെ വിനീതരാക്കുവതിന്നാണ് അതിനകത്ത്
പ്രവേശിക്കുന്നതെങ്കിൽ നിങ്ങളുയർത്തപ്പെടുകയുമില്ല.
മറ്റുള്ളവരുടെ നന്മയ്ക്കായി യാചിക്കുന്നതിന്നാണ്
നിങ്ങളതിനകത്ത് പ്രവേശിക്കുന്നതെങ്കിലും
കേൾക്കപ്പെടുകയില്ല.

അദൃശ്യരായി നിങ്ങൾ ദേവാലയത്തിൽ പ്രവേശിക്കുക.
വാക്കുകളാൽ എപ്രകാരം പ്രാർഥനയുരുവിടണമെന്ന്
നിങ്ങളെ പഠിപ്പിക്കുന്നതിന് എനിക്കാവില്ല.
അവൻ നിങ്ങളുടെ അധരങ്ങളിലൂടുരിയാടുമ്പോഴല്ലാതെ
ദൈവം നിങ്ങളുടെ വാക്കുകൾ കേൾക്കുന്നില്ല.
എനിക്കു നിങ്ങളെ സമുദ്രങ്ങളുടെയും കാനനങ്ങളുടെയും
കുന്നുകളുടെയും പ്രാർഥന പഠിപ്പിക്കാനാവില്ല.
പർവതങ്ങളിൽ നിന്നും സമുദ്രങ്ങളിൽ നിന്നും വനങ്ങളിൽ
നിന്നും ജൻമംകൊണ്ട നിങ്ങൾക്ക് നിങ്ങളുടെ ഹൃത്തിൽത്തന്നെ
അവയുടെ പ്രാർഥന കണ്ടെത്താനാവും.
രാവിന്റെ നിശ്ചലതയിൽ കാതോർക്കുക,
അവയിങ്ങനെ പറയുന്നതായി നിങ്ങൾ കേൾക്കും.

'ഞങ്ങളുടെ ദേവാ, ഞങ്ങളുടെ ചിറകാർന്ന ആത്മാക്ക
ളുടെ സ്രഷ്ടാവേ, ഞങ്ങളിലെ നീയാണ് ഇച്ഛിക്കുന്നത്.
ഞങ്ങളിലെ നിന്റെ ത്വരയാണ് നിന്റെതായ ഞങ്ങളുടെ
രാത്രികളെ നിന്റെ കൂടിയായ പകലുകളാക്കുന്നത്.
ഞങ്ങൾക്ക് നിന്നോടൊന്നും ചോദിക്കാനാവില്ല,
കാരണം ഞങ്ങളിൽ ആവശ്യങ്ങൾ രൂപംകൊള്ളും മുൻപേ
നീയവ അറിയുന്നു.
നീയാണ് ഞങ്ങളുടെ ആവശ്യങ്ങൾ സൃഷ്ടിക്കുന്നത്.
നിന്നിലുള്ളതിലുമധികം ഞങ്ങൾക്കേകുന്നതിലൂടെ
നീ ഞങ്ങൾക്ക് എല്ലാമേകുന്നു.'

ആനന്ദം

ശേഷം ആണ്ടിലൊരിക്കൽ മാത്രം
നഗരസന്ദർശനത്തിനെത്താറുണ്ടായിരുന്ന ഒരാശ്രമവാസി
മുന്നോട്ടുവരികയും 'ആനന്ദത്തെക്കുറിച്ച്
ഞങ്ങളോടുരിയാടിയാലും' എന്നു പറയുകയും ചെയ്തു.

അവനീവിധമുത്തരമായി.
ആനന്ദമെന്നത് ഒരു സ്വാതന്ത്ര്യഗീതമാണ്,
എന്നാൽ അത് സ്വാതന്ത്ര്യമല്ല.
നിങ്ങളുടെ ആഗ്രഹങ്ങളുടെ പുഷ്പിക്കലാണത്,
എന്നാൽ ഫലമല്ല.
ഉയരങ്ങളെ വിളിക്കുന്ന ഒരഗാധതയാണത്,
എന്നാലത് ഉയരമോ അഗാധതയോ അല്ല.
കൂട്ടിലടക്കപ്പെട്ട ചിറകുനീർത്തിയൊരു പക്ഷിയാണത്.
എങ്കിലുമത് എല്ലാറ്റിനെയുമുൾക്കൊള്ളുന്ന
ആകാശവിശാലതയല്ല.

അതെ, സത്യമായും ആനന്ദമൊരു
സ്വാതന്ത്ര്യഗീതമാകുന്നു.
നിറഹൃത്തോടെ നിങ്ങളതാലപിക്കണമെന്നതാണ്
എന്റെയാഗ്രഹം; എങ്കിലും ഗാനാലാപനത്തിൽ നിങ്ങളുടെ
ഹൃദയം നഷ്ടമാകരുതെന്നും ഞാനാശിക്കുന്നു.
ആനന്ദമാണ് എല്ലാമെന്ന മട്ടിൽ നിങ്ങളിൽ ചില യുവാക്കൾ
ആനന്ദം തേടുന്നു, എന്നാൽ അവർ വിധിക്കപ്പെടുകയും
അവഹേളിക്കപ്പെടുകയും ചെയ്യുന്നു. ഞാനവരെ വിധിക്കുകയോ
അവഹേളിക്കുകയോ ചെയ്യില്ല.
അവരതന്വേഷിക്കണമെന്നു ഞാനാശിക്കുന്നു.
എന്തെന്നാൽ അവരാനന്ദം കണ്ടെത്തും.
എന്നാൽ അവളെ മാത്രമായിരിക്കില്ല.
അവൾക്കേഴാണ് സഹോദരിമാർ. അവരിലേറ്റം മോശപ്പെട്ടവൾ
ആനന്ദത്തെക്കാൾ സുന്ദരിയാണ്.

കിഴങ്ങുകൾ തേടി മണ്ണുതുരക്കേ നിധി കണ്ടെത്തിയ
മനുഷ്യരെക്കുറിച്ചുകേട്ടിട്ടില്ലേ നിങ്ങൾ?
നിങ്ങളിൽ മുതിർന്ന ചിലർ മദ്യലഹരിയിൽ ചെയ്തു പോയ
തെറ്റുകളെയെന്നപോലെ ആനന്ദങ്ങളെ പശ്ചാത്താപത്തോടെ
സ്മരിക്കുന്നു.
എന്നാൽ പശ്ചാത്താപം മനസ്സിന്റെ മ്ലാനതയാണ്.
ശിക്ഷകളിലൂടെ ശുദ്ധീകരിക്കലല്ല.
വേനലിലെ വിളകൊയ്യലിനെ ഓർക്കുംപോലെ,
അവർ തങ്ങളുടെ ആനന്ദങ്ങളെ കൃതജ്ഞതയോടെ
ഓർമിക്കണം.
പശ്ചാത്താപം അവർക്കു ആശ്വാസമേകുമെങ്കിൽ
അവർ സ്വസ്ഥരാവട്ടെ.

നേടാൻ യൗവനവും ഓർമിക്കാൻ
വാർധക്യവുമില്ലാത്തവരുണ്ട് നിങ്ങൾക്കിടെ തേടുകയും
ഓർമിക്കുകയും ചെയ്യുന്നതിലുള്ള ഭയത്താൽ അവരെല്ലാം
ആനന്ദങ്ങളിൽ നിന്നും
അകന്നുനിൽക്കുന്നു. ആത്മാവിനെതിരെ തെറ്റു
ചെയ്യാതിരിക്കുന്നതിനും
അവഗണിക്കാതിരിക്കുന്നതിനുമായാണത്.
എന്നാൽ അവരുടെ ത്യാഗത്തിൽപോലും
അവരുടെ ആനന്ദമുണ്ട്.
വിറയാർന്ന കരങ്ങളാൽ കുഴിക്കുമ്പോൾ പോലും അങ്ങനെ
അവരും നിധി കണ്ടെത്തുന്നു.

പക്ഷേ പറയൂ, ആത്മാവിനോട്
തെറ്റുചെയ്യാനാവുന്നവനാര്?
രാപ്പാടി രാവിന്റെ നിശ്ചലതയോട്,
മിന്നാമിന്നി താരകങ്ങളോട് കുറ്റം ചെയ്യുന്നുണ്ടോ?
നിങ്ങളുടെ പുകയും അഗ്നിനാളങ്ങളും
കാറ്റിനെ ഭാരിച്ചതാക്കുന്നുണ്ടോ?

ഒരു കമ്പാൽ അസ്വസ്ഥമാക്കാനാവുന്ന നിശ്ചലമൊരു
തടാകമാണ്
നിങ്ങളുടെയാത്മാവെന്നു കരുതുന്നുവോ നിങ്ങൾ?
ആനന്ദത്തെ നിഷേധിക്കുന്നതിലൂടെ അതിനെ നിങ്ങളുടെ
ആത്മസത്തയിൽ സംഭരിക്കുകയാവാം നിങ്ങൾ.
ഇന്ന് ഒഴിവാക്കിയതായ് കാണപ്പെടുന്നത്
നാളെയെക്കാത്തു കഴിയുന്നുവെന്ന് ആരറിയുന്നു?
നിങ്ങളുടെ ശരീരംപോലും അതിന്റെ പൈതൃകവും
അവകാശപൂർണമായ ആവശ്യങ്ങളുമറിയുന്നു,
അത് ചതിക്കപ്പെടുന്നുമില്ല.
നിങ്ങളുടെ ശരീരം നിങ്ങളുടെ ആത്മാവിന്റെ വിപഞ്ചികയാണ്.
നിങ്ങൾക്കതിൽ അപശ്രുതികളോ മധുരനാദമോ സൃഷ്ടിക്കാം.

എന്നാൽ നിങ്ങളിപ്പോൾ നിങ്ങളുടെ ഹൃദയത്തിൽ
ചോദിക്കുന്നു, 'ആനന്ദത്തിലെ നന്മയെ ആനന്ദത്തിലെ
തിന്മയിൽനിന്ന് ഞങ്ങളേവിധം വേർതിരിക്കും'?
നിങ്ങൾ നിങ്ങളുടെ വയലേലകളിലേക്കും
പൂന്തോപ്പുകളിലേക്കും ചെല്ലൂ. നിങ്ങളറിയും,
പൂന്തേൻ സംഭരിക്കുക തേനീച്ചയുടെയും തേനീച്ചയ്ക്ക്
മധുപകരുക പൂവിന്റെയുമാനന്ദമാകുന്നു.
തേനീച്ചയെ പ്രതി പൂവൊരു ജീവിതധാരയാകുന്നു.
പൂവിന് തേനീച്ച സ്നേഹദൂതനും.
തേനീച്ചയ്ക്കും പൂവിനും നൽകലും സ്വീകരിക്കലും
ഒരാവശ്യവും സ്വർഗീയാനന്ദവുമാണ്.
ഓർഫലീസിലെ ജനങ്ങളേ, പൂക്കളെയും തേനീച്ചകളെയും
പോൽ നിങ്ങൾ ആനന്ദങ്ങളിലാവുക.

സൗന്ദര്യം

അനന്തരമൊരു കവി ചോദിച്ചു:
"സൗന്ദര്യത്തെക്കുറിച്ചു പറഞ്ഞാലും ഞങ്ങളോട്".
അവനുത്തരമായി.

അവൾ തന്നെ നിങ്ങളുടെ വഴിയും മാർഗദർശിയുമാവാതെ
നിങ്ങളെങ്ങനെ സൗന്ദര്യത്തെ തിരയും? കണ്ടെത്തും?
അവൾ നിങ്ങളുടെ ഭാഷണത്തിന്റെ നെയ്ത്തുകാരിയാവാതെ
നിങ്ങളവളെക്കുറിച്ചെങ്ങനെ പറയും?

വേദനിക്കുന്നവരും മുറിവേറ്റവരും പറയുന്നു,
"സൗന്ദര്യം ദയവാർന്നവളും കുലീനയുമാണ്.
സ്വന്തം മഹത്വത്തിൽ അർധലജ്ജയുള്ള
യുവതിയായൊരമ്മയെപ്പോലെ അവൾ ഞങ്ങൾക്കിടയിൽ
ചരിക്കുന്നു".

വികാരശീലർ പറയുന്നു, "അല്ല, സൗന്ദര്യം ശക്തിയേറി
യതും ഭീതിപ്പെടുത്തുന്നതുമായ ഒന്നാണ്. ഒരു കൊടുങ്കാറ്റായ്
അവൾ നമുക്കുപരിയായ വാനത്തെയും താഴെയുള്ള
ഭൂമിയെയും പിടിച്ചുലക്കുന്നു.

ക്ഷീണിതരും അവശത ബാധിച്ചവരും പറയുന്നു,
"മൃദുലമന്ത്രണങ്ങളാണ് സൗന്ദര്യം. അവൾ നമ്മുടെ
ആത്മാവിൽ സംസാരിക്കുന്നു.
അവളുടെ സ്വരം നമ്മുടെ നിശ്ശബ്ദതക്ക് കീഴ്പ്പെടുന്നു,
നിഴലിനോടുള്ള ഭയത്താൽ വിറകൊള്ളുന്ന
മങ്ങിയ വെളിച്ചം പോലെ."

എന്നാൽ അസ്വസ്ഥർ പറയുന്നു,
"മലമുകളിൽ അവളട്ടഹസിക്കുന്നത് ഞങ്ങൾ കേട്ടു.
അവളുടെ നിലവിളിക്കൊപ്പം കുളമ്പടിയൊച്ചകളും
ചിറകടികളും സിംഹഗർജനവും നിർഗമിച്ചു."

രാത്രിയിൽ നഗരത്തിന്റെ കാവലാൾ പറയുന്നു,
"സൗന്ദര്യം പുലരിക്കൊപ്പം കിഴക്കുനിന്നുമുദിച്ചുയരും".

അധ്വാനിക്കുന്നവരും വഴിയാത്രക്കാരും

മധ്യാഹ്നത്തിൽ പറയുന്നു,
"സൂര്യാസ്തമയത്തിന്റെ ജാലകങ്ങളിൽ നിന്നും
അവൾ ഭൂമിയിലേക്കു ചായുന്നത് ഞങ്ങൾ കണ്ടു."

മഞ്ഞാൽ ചുറ്റപ്പെട്ടവർ ഹേമന്തകാലത്ത് പറയുന്നു,
"കുന്നുകളിലൂടെ കുതിപ്പോടെ വസന്തർത്തുവിനൊപ്പം
അവൾ വരും".

വേനൽച്ചൂടിൽ കൊയ്ത്താളുകൾ പറയുന്നു,
"ശരത്കാലത്തിന്റെ ഇലകൾക്കൊപ്പം അവൾ നർത്തനമാടുവത്
ഞങ്ങൾ കണ്ടു. അവളുടെ മുടിയിഴകൾക്കിടയിൽ
ഒരു മഞ്ഞുപാളിയും ഞങ്ങൾ കണ്ടു".
ഇക്കാര്യങ്ങളെല്ലാം നിങ്ങൾ സൗന്ദര്യത്തെക്കുറിച്ചു
പറഞ്ഞു. എന്നിരുന്നാലും നിവർത്തിക്കപ്പെടാത്ത
ആവശ്യങ്ങളെക്കുറിച്ചല്ലാതെ അവളെക്കുറിച്ചു
പറയുകയുണ്ടായില്ല.
എന്നാൽ സൗന്ദര്യം ഒരാവശ്യകതയല്ല, മറിച്ച് ഉത്കടമായ
ഒരാനന്ദം മാത്രം. അത് ദാഹംപൂണ്ടൊരു വായയോ നീട്ടപ്പെട്ട
ഒരു ശൂന്യകരമോ അല്ല,
എന്നാൽ പ്രോജ്ജ്വലിതമായ ഒരു ഹൃദയവും മന്ത്രശക്തിയാൽ
വശീകരിക്കപ്പെട്ട ഒരാത്മാവുമാകുന്നു.
അതു നിങ്ങൾക്കു ദൃശ്യമായ ഒരു ബിംബമോ നിങ്ങൾക്കു
കേൾക്കാവുന്നൊരു ഗാനമോ അല്ല. എന്നാൽ കണ്ണുകളടച്ചാലും
കാണാവുന്നൊരു ബിംബവും കാതുകളടച്ചാലും
കേൾക്കാവുന്നൊരു ഗാനവുമാകുന്നു.
അത് പൊട്ടിയ വൃക്ഷചർമത്തിലെ ആഹാരദ്രവമോ
നഖത്തോടു കൊരുക്കപ്പെട്ടൊരു ചിറകോ അല്ല.
എന്നാൽ നിത്യം പൂക്കുന്ന ഒരു പൂന്തോട്ടവും വിരാമമില്ലാതെ
പറന്നുകൊണ്ടേയിരിക്കുന്ന ഒരുകൂട്ടം മാലാഖമാരുമാകുന്നു.

ഓർഫലീസിലെ ജനങ്ങളേ, സൗന്ദര്യം ജീവിതമാണ്,
ജീവിതം അവളുടെ വിശുദ്ധവദനം അനാവൃതമാക്കുമ്പോൾ.

എന്നാൽ നിങ്ങൾ തന്നെയാണ് ജീവിതവും മൂടുപടവും.
ഒരു കണ്ണാടിയിൽ കൺചിമ്മാതെ തന്നെത്തന്നെ
നോക്കിനിൽക്കുന്ന നിത്യതയാകുന്നു സൗന്ദര്യം.
എന്നാൽ നിങ്ങൾതന്നെയാകുന്നു നിത്യത; കണ്ണാടിയും.

മതം

അനന്തരമൊരു വൃദ്ധപുരോഹിതൻ ചോദിച്ചു:
"ഞങ്ങളോട് മതത്തെക്കുറിച്ചുരിയാടിയാലും".
        അവൻ പറഞ്ഞു:
ഞാനീ ദിനം അതെക്കുറിച്ചല്ലാതെ മറ്റെന്തെങ്കിലും പറഞ്ഞുവോ?
സകലകർമങ്ങളും വിചിന്തനങ്ങളുമല്ലേ മതം?
എന്നാലത് സകലമർമരങ്ങളും വിചിന്തനങ്ങളുമല്ല,
പിന്നെയോ കൈകൾ കല്ലുകളുടക്കുമ്പോഴും തറിയിൽ
നെയ്യുമ്പോൾ പോലും ആത്മാവിൽ നിരന്തരമായുറവ
പൊട്ടുന്ന അത്ഭുതവും അതിശയവുമല്ലേ?
ആർക്കാണ് വിശ്വാസത്തിൽനിന്ന് കർമങ്ങളെ, അല്ലെങ്കിൽ
വിശ്വാസത്തിൽ നിന്ന് ജീവിതവൃത്തികളെ
വേർതിരിക്കാനാവുക?
ആർക്കാണ് തന്റെ വിനാഴികകളെ
'ഇതെന്റെ ആത്മാവിനുള്ളത്; മറ്റേത് ശരീരത്തിനും'
എന്നുരുവിട്ടുകൊണ്ട് മുന്നിൽ നിവർത്തിയിടാനാവുക?
ആത്മത്തിൽ നിന്ന് ആത്മത്തിലേക്ക് ആകാശവിശാലതയിലൂടെ
ഒച്ചവെച്ചു പറക്കുന്ന ചിറകുകളാണ് നിങ്ങളുടെ
എല്ലാ വിനാഴികകളും.
തന്റെ മികച്ച ഉടയാടയായി സന്മാർഗത്തെ ധരിച്ചവൻ
നഗ്നനായിരിക്കുകയാണ് നല്ലത്.
കാറ്റും സൂര്യനും അവന്റെ ചർമത്തിൽ
ഒരു സുഷിരവുമുണ്ടാക്കുകയില്ല. സന്മാർഗചിന്തയാൽ
തന്റെ സ്വഭാവത്തെ നിർവചിക്കുന്നവൻ തന്റെ
സംഗീതമുതിർക്കുന്ന പക്ഷിയെ കൂട്ടിലടക്കുന്നു.
സ്വതന്ത്രഗാനം ഇരുമ്പഴികൾക്കിടയിലൂടെയും

മുൾകമ്പികൾക്കിടയിലൂടെയും വരുന്നില്ല.
ആരാധനയെ തുറന്നടക്കാവുന്ന ഒരു ജാലകമാക്കിയിട്ടുള്ളവൻ
പുലരിതൊട്ട് അസ്തമയം വരെ ജാലകങ്ങളുള്ള
സ്വന്തം ആത്മാവിന്റെ ഗൃഹം ഇനിയും സന്ദർശിച്ചിട്ടില്ല.
നിങ്ങളുടെ ആരാധനാലയവും മതവും നിങ്ങളുടെ
ദിനസരിയത്രേ.
നിങ്ങളതിലേക്ക് എപ്പോൾ പ്രവേശിക്കുന്നുവോ, കലപ്പയും
ഉലയും കൊട്ടുവടിയും കിന്നരവും, നിങ്ങളുടെ സർവസ്വവും
കയ്യിൽ കരുതണം. ആവശ്യത്തിനായോ
ആനന്ദത്തിനായോ നിങ്ങൾ രൂപപ്പെടുത്തിയ വസ്തുക്കളാണവ.

എന്തെന്നാൽ പകൽക്കിനാക്കളിൽ നിങ്ങളുടെ
നേട്ടങ്ങൾക്കുമീതെ നിങ്ങൾക്കുയരാനോ,
പരാജയങ്ങളെക്കാളേറെ
താഴ്ചയിലേക്കു വീഴാനോ കഴിയില്ല.
എല്ലാ മർത്ത്യരെയും നിങ്ങൾക്കൊപ്പം ചേർക്ക, എന്തെന്നാൽ
ആരാധനയിൽ നിങ്ങൾക്കവരുടെ പ്രത്യാശകളേക്കാൾ
ഉയരത്തിൽ പറക്കാനോ അവരുടെ നിരാശകൾക്കും താഴെ
നിങ്ങളെ വിനീതരാക്കാനോ ആവില്ല.

നിങ്ങൾക്ക് ദൈവത്തെ അറിയണമെങ്കിൽ
വിഷമപ്രശ്നങ്ങളുടെ പരിഹാരകനെന്ന നിലക്കാവാതിരിക്കട്ടെ.
പകരം നിങ്ങൾ ചുറ്റുപാടും വീക്ഷിക്കുക.
നിങ്ങളുടെ കുഞ്ഞുങ്ങളുമൊത്തു കളിക്കുന്ന അവനെ
നിങ്ങളപ്പോൾ കാണും.
ശൂന്യാകാശത്തിലേക്ക് കണ്ണയക്കുക.
മിന്നലുകളിലൂടെ കൈനീട്ടി, മഴയിലൂടെ
താണിറങ്ങി, മേഘങ്ങളിലൂടെ അവൻ നടക്കുന്നത് നിങ്ങൾ
കാണും. പൂക്കളിൽ നിങ്ങളവന്റെ മന്ദഹാസം കാണും.
വൃക്ഷങ്ങളിൽ അവന്റെ കരങ്ങളുയരുവതും ചലിപ്പതും.

മൃതി

അനന്തരം അൽമിത്ര പറഞ്ഞു,
"ഞങ്ങളിപ്പോൾ മൃതിയെക്കുറിച്ചു ചോദിക്കും".
            അവനോതി:
മൃതിയുടെ നിഗൂഢത നിങ്ങളറിയും. എന്നാൽ ജീവിതത്തിന്റെ
ഹൃത്തിൽ അതിനെ തിരയാതെ നിങ്ങളെങ്ങനെയതിനെ
കണ്ടെത്തും?
പകലെരിയോളം ഇരുൾമൂടിയ കണ്ണുകളുള്ള മൂങ്ങയ്ക്ക്
വെളിച്ചത്തിന്റെ നിഗൂഢത അനാവരണം ചെയ്യുക അസാധ്യം.
മൃതിയുടെ ആത്മാവിനെ നിങ്ങൾ തീർച്ചയായും
ദർശിക്കുമെങ്കിൽ ജീവിതത്തിന്റെ ശരീരത്തിനു
നേരെ നിങ്ങളുടെ ഹൃത്ത് വിശാലമായി തുറന്നിടുക.
എന്തെന്നാൽ ജീവിതവും മരണവും ഒന്നാണ്.
നദിയും കടലുമൊന്നാണെന്ന പോലെ.
അതീതമായതിനെക്കുറിച്ചുള്ള നിങ്ങളുടെ ജ്ഞാനം
നിങ്ങളുടെ മോഹങ്ങളുടെ, പ്രത്യാശകളുടെ ആഴത്തിൽ
ശയിക്കുന്നു.
മഞ്ഞിനുകീഴെ സ്വപ്നം കാണുന്ന വിത്തുകളെപ്പോലെ
നിങ്ങളുടെ ഹൃദയം വസന്തർത്തുവിനെ സ്വപ്നം കാണുന്നു.
സ്വപ്നങ്ങളെ വിശ്വസിക്കുക. അവയിൽ നിത്യതയിലേക്കുള്ള
പ്രവേശനകവാടം മറഞ്ഞിരിക്കുന്നു.
തന്റെമേൽ ആദരസൂചകമായി കരമർപ്പിക്കാൻ പോകുന്ന
രാജാവിനുമുൻപിൽ നിൽക്കുന്ന ആട്ടിടയന്റെ നടുക്കമല്ലാത
മറ്റൊന്നുമല്ല നിങ്ങളുടെ മരണഭയം.
രാജാവിന്റെ മുദ്രചാർത്തപ്പെടുന്നതോർത്ത്
നടുക്കങ്ങൾക്കിടയിലും ആഹ്ലാദം കൊള്ളുന്നവനല്ലേ
ആട്ടിടയൻ?
എന്നാൽ തന്റെ നടുക്കങ്ങളെ പ്രതി അവനത്രമാത്രം
ബോധവാനുമല്ലേ?

മൃതരാവുകയെന്നാൽ കാറ്റിൽ നഗ്നരായിനിൽക്കുകയയും,
സൂര്യനിലേക്ക് അലിഞ്ഞുചേരുകയുമല്ലാതെ മറ്റെന്താണ്?
ശ്വാസം നിലക്കുകയെന്നാൽ ജീവിതത്തെ അതിന്റെ
വിശ്രമമറ്റ വേലിയേറ്റങ്ങളിൽ നിന്ന് മോചിപ്പിക്കുകയയും,
ഉയരുവാനും വികാസം കൊള്ളാനും തടസ്സമേതുമില്ലാതെ
ദൈവത്തെ തേടാനായി അതിനെ സ്വതന്ത്രമാക്കുകയുമല്ലാതെ
മറ്റെന്താണ്?

നിശ്ശബ്ദതയുടെ നദിയിൽ നിന്നും പാനം ചെയ്യുമ്പോൾ
മാത്രമേ നിങ്ങൾ തീർച്ചയായും പാടുന്നുള്ളൂ.
പർവതത്തിന്റെ ഉച്ചിയിലെത്തുമ്പോഴേ
നിങ്ങൾ ആരോഹണമാരംഭിക്കൂ.
ഭൂമി നിങ്ങളുടെ പാദങ്ങൾ അവകാശപ്പെടുമ്പോൾ
മാത്രമേ നിങ്ങൾ യഥാർഥമായും
നർത്തനമാടൂ.

യാത്രാമംഗളം

"ഇപ്പോൾ സായന്തനമായിരിക്കുന്നു".
തപസ്വിനി അൽമിത്ര പറഞ്ഞു.
"ഈ ദിനവും ഇടവും ഇതുവരെ സംസാരിച്ച
നിന്റെയാത്മാവും അനുഗൃഹീതമായിത്തീരട്ടെ".
അവനുത്തരമായി
"ഞാനായിരുന്നോ സംസാരിച്ചത്?
ഞാനൊരു കേൾവിക്കാരനുമായിരുന്നില്ലേ?"

പിന്നീട് അവൻ ദേവാലയത്തിന്റെ പടികളിറങ്ങി.
മുഴുവൻ ജനങ്ങളും അവനെ തുടർന്നു.
അവൻ തന്റെ യാനത്തിലേറി, അതിന്റെ തട്ടിൽ നിന്നു.
ജനങ്ങളെ വീണ്ടുമഭിമുഖീകരിച്ചുകൊണ്ട്
അവൻ ശബ്ദമുയർത്തിപ്പറഞ്ഞു:

"ഓർഫലീസിലെ ജനതേ, നിങ്ങളിൽ നിന്നു
വേർപ്പെടാൻ കാറ്റ് എന്നോടു പറയുന്നു.
കാറ്റിനേക്കാൾ തിരക്കു കുറഞ്ഞവനെങ്കിലും എനിക്കു
പോവേണ്ടിയിരിക്കുന്നു.
അങ്ങേയറ്റം ഒറ്റയായ വഴികളെ സദാ തേടുന്നവരും
അലഞ്ഞുതിരിയുന്നവരുമായ നാം
അവസാനിപ്പിച്ചിടത്തുനിന്നും ഒരു ദിനവും തുടങ്ങുന്നില്ല.
സൂര്യാസ്തമയം നമ്മെ ഉപേക്ഷിച്ചു പോയിടത്ത്
ഒരു സൂര്യോദയവും നമ്മെ കണ്ടെത്തുന്നുമില്ല.
ഭൂമി നിദ്രകൊള്ളുമ്പോൾ പോലും നാം ചരിക്കുന്നു.
മണ്ണിൽ നിന്നടരാത്ത ചെടിയുടെ വിത്തുകളാണ് നാം.
പാകപ്പെടുമ്പോൾ, ഹൃദയം പൂർണമാകുമ്പോഴാണ്
നാം കാറ്റിനു നൽകപ്പെടുന്നതും ചിതറപ്പെടുന്നതും.

നിങ്ങൾക്കിടയിലെ എന്റെ ദിനങ്ങൾ ഹ്രസ്വമായിരുന്നു.
ഞാനോതിയ വാക്കുകൾ അതിനേക്കാളും.
എങ്കിലും എന്റെ ശബ്ദം നിങ്ങളുടെ കാതുകളിൽ
നേർത്തുപോയാൽ എന്റെ സ്നേഹം നിങ്ങളുടെ സ്മൃതിയിൽ
നിന്നപ്രത്യക്ഷമായാൽ ഞാൻ വീണ്ടും വരും.
ആത്മാവിന് കൂടുതൽ കീഴ്പ്പെടുന്ന സമ്പന്നമായ ഹൃദയവും
അധരവും കൊണ്ട് ഞാൻ സംസാരിക്കും.
തിരമാലകൾക്കൊപ്പം ഞാൻ തിരികെ വരും.
മരണമെന്നെ മറച്ചാലും മഹത്തായ ആ നിശ്ശബ്ദത
എന്നെ വിലയനം ചെയ്താലും ഞാൻ നിങ്ങളുടെ
തിരിച്ചറിവുകളെ തേടും. എന്റെയന്വേഷണം വൃഥാവിലാവില്ല.
ഞാനുരിയാടിയത് ഉണ്മയെങ്കിൽ, ആ ഉണ്മ കൂടുതൽ
വ്യക്തമായ നാദത്തിലും നിങ്ങളുടെ ചിന്തകളോട്
കൂടുതലിണങ്ങുന്ന വാക്കുകളിലും സ്വയം വെളിപ്പെടും.

ഓർഫലീസിലെ ജനങ്ങളേ, ഞാൻ കാറ്റൊപ്പം
പോകുന്നു. എങ്കിലും ശൂന്യതയിലേക്ക് താഴുന്നില്ല.

ഈ ദിനം നിങ്ങളുടെ ആവശ്യങ്ങളുടെയും
എന്റെ സ്നേഹത്തിന്റെയും പൂർത്തീകരണമല്ലെങ്കിൽ അത്
മറ്റൊരു ദിനം വരെയുള്ള വാഗ്ദത്തമാകട്ടെ.
മർത്ത്യന്റെ ആവശ്യങ്ങൾ മാറുന്നു,
എന്നാൽ അവന്റെ സ്നേഹമോ സ്നേഹം തന്റെ ആവശ്യങ്ങളെ
നിവർത്തിക്കുമെന്ന ആഗ്രഹമോ മാറുന്നില്ല.
അതിനാൽ അറിയൂ, മഹത്തരമായ നിശ്ശബ്ദതയിൽ
നിന്ന് ഞാൻ തിരികെയെത്തും.
പുലരിയിൽ വയലേലകളിൽ മഞ്ഞുതുള്ളികളെ
മാത്രമവശേഷിപ്പിച്ച് മാഞ്ഞുപോകുന്ന മൂടൽമഞ്ഞ് ഉയർന്ന്
ഒരു മേഘമായ്ത്തീരുകയും മഴയായിപ്പൊഴിയുകയും ചെയ്യും.
ഞാനും മൂടൽമഞ്ഞുപോലെയായിരുന്നു.
രാവിന്റെ നിശ്ചലതയിൽ ഞാൻ നിങ്ങളുടെ
പാതകളിലൂടെ സഞ്ചരിച്ചു.
എന്റെയാത്മാവ് നിങ്ങളുടെ ഭവനങ്ങളിൽ പ്രവേശിച്ചു.
നിങ്ങളുടെ ഹൃദയത്തിന്റെ മിടിപ്പുകൾ
എന്റെ ഹൃത്തിലായിരുന്നു. നിങ്ങളുടെ ശ്വാസം എന്റെ
മുഖത്തിനു മീതെയായിരുന്നു.
ഞാൻ നിങ്ങളെല്ലാവരെയുമറിഞ്ഞു.
അതെ, ഞാൻ നിങ്ങളുടെ ആഹ്ലാദവും വേദനയുമറിഞ്ഞു.
നിദ്രയിലെ നിങ്ങളുടെ സ്വപ്നങ്ങൾ എന്റെതുമായിരുന്നു.
പലപ്പോഴും ഞാൻ നിങ്ങൾക്കിടെ പർവതങ്ങൾക്കിടയിലെ
ഒരു തടാകമായിരുന്നു.
ഞാൻ നിങ്ങളുടെ ഉച്ചികളെയും ചരിവുകളെയും
പ്രതിഫലിപ്പിച്ചു.
നിങ്ങളുടെ കടന്നുപോകുന്ന ചിന്തകളുടെയും
മോഹങ്ങളുടെയും കൂട്ടങ്ങളെയും.
അരുവികളിലെ നിങ്ങളുടെ കുഞ്ഞുങ്ങളുടെ പൊട്ടിച്ചിരികളും
നദിയിലെ നിങ്ങളുടെ യൗവനത്തിന്റെ മോഹങ്ങളും
എന്റെ നിശ്ശബ്ദതയിലേക്കു വന്നു.
അവ എന്റെ ആഴങ്ങളിലെത്തുമ്പോൾ നദികളും അരുവികളും

പാട്ടുനിർത്തിയില്ല. എന്നാൽ പൊട്ടിച്ചിരിയേക്കാൾ മധുരവും
മോഹങ്ങളേക്കാൾ മഹത്തരമായതും എന്നിലേക്കെത്തി.
അതു നിങ്ങളിലെ അനന്തതയായിരുന്നു.
ആ മഹാപുരുഷനിൽ നിങ്ങളെല്ലാം വെറും
കോശങ്ങളും മാംസപേശികളും മാത്രം.
അവന്റെ മന്ത്രജപത്തിൽ നിങ്ങളുടെ ഗാനാലാപം
ശബ്ദരഹിതമായൊരു മിടിപ്പുമാത്രം.
മഹാപുരുഷനിൽ നിങ്ങളും മഹത്തുക്കളാകുന്നു.
അവനെ ദർശിക്കുന്നതിലൂടെ ഞാൻ നിങ്ങളെയും
ദർശിക്കുകയും സ്നേഹിക്കുകയും ചെയ്തു.
ആ ബൃഹത് മണ്ഡലത്തിലില്ലാത്ത ഏതു ദൂരങ്ങളെയാണ്
സ്നേഹത്തിനു പ്രാപിക്കാനാവുക?
ആ പറക്കലിനുപരിയായി പറക്കാൻ ഏതു കാഴ്ചപ്പാടുകൾക്ക്,
അനുമാനങ്ങൾക്ക്, പ്രത്യാശകൾക്കാവും?
ആപ്പിൾ പൂക്കളാൽ മൂടപ്പെട്ട ഭീമാകാരനൊരോക്കു
മരത്തെ പോലെയാണ് നിങ്ങളിലെ മഹാപുരുഷൻ.
അവന്റെ മനസ്സ് നിങ്ങളെ ഭൂമിയോടു ചേർത്തുവയ്ക്കുന്നു.
അവന്റെ സുഗന്ധം നിങ്ങളെ
ആകാശവിശാലതയിലേക്കെടുത്തുയർത്തുന്നു.
അവന്റെ ഈടിൽ നിങ്ങൾ മൃതിയറ്റവരാകുന്നു.
നിങ്ങളോടു പറയപ്പെട്ടിരിക്കുന്നു,
ഒരു ചങ്ങലപോലെ നിങ്ങൾ നിങ്ങളിലെ ഏറ്റവും
ദുർബലമായ കണ്ണിപോൽ ദുർബലരാണ്.
ഇത് പാതി സത്യം മാത്രം.
നിങ്ങൾ നിങ്ങളിലെ ഏറ്റവും ശക്തമായ ചങ്ങലപോലെ
ശക്തരുമാണ്.
നിങ്ങളിലെ ഏറ്റവും ചെറിയ കർമത്താൽ നിങ്ങളെയളക്കുന്നത്
പതയുടെ ദൗർബല്യം കൊണ്ട് സമുദ്രത്തിന്റെ
ശക്തിയളക്കുന്നതിനു സമമാകുന്നു.
നിങ്ങളെ നിങ്ങളുടെ പരാജയം കൊണ്ടു വിധിക്കുന്നത്
ഋതുക്കളെ അസ്ഥിരതയുടെ പേരിൽ കുറ്റപ്പെടുത്തുന്നതിനു
സമമാകുന്നു.

അതെ, നിങ്ങളൊരു സമുദ്രം പോലെയാകുന്നു.
കരയിലുറച്ച യാനങ്ങൾ നിങ്ങളുടെ തീരങ്ങളിലെ തിരമാലകളെ
കാക്കുന്നുവെങ്കിലും സമുദ്രത്തെപ്പോലെത്തന്നെ നിങ്ങൾക്കു
നിങ്ങളുടെ തിരമാലകളുടെ വേഗമേറ്റാനാവുകയില്ല.
നിങ്ങൾ ഋതുക്കളെപ്പോലെയുമാകുന്നു.
ശൈത്യകാലത്ത് നിങ്ങൾ നിങ്ങളുടെ വസന്തത്തെ
നിഷേധിക്കുന്നുവെങ്കിലും വസന്തം നിങ്ങളിൽ ശാന്തമായി
വിശ്രമം കൊള്ളുന്നു, മയക്കത്തിൽ മന്ദഹസിച്ചുകൊണ്ട്
പരിഭവമേതുമില്ലാതെ.

ഇക്കാര്യങ്ങൾ ഞാനുരിയാടുന്നത്, 'അവൻ നമ്മെ
ഏറെ സ്തുതിച്ചു. നമ്മിലെ നന്മമാത്രമവൻ ദർശിച്ചു'
എന്നു നിങ്ങൾ പരസ്പരം പറയുവതിനല്ല.
ചിന്തകളിൽ നിങ്ങൾ സ്വയമറിയുന്നതിനെക്കുറിച്ചു മാത്രം
ഞാൻ വചനങ്ങളാലുരിയാടി.
വചനരഹിതമായ ജ്ഞാനത്തിന്റെ നിഴലല്ലേ വാക്കുകളുടെ
ജ്ഞാനം?
അങ്കലാപ്പുകളാൽ ഭൂമിരൂപംകൊണ്ട ഇരവുകളുടെയും നമ്മെയും
സ്വയവും ഭൂമിയറിയാതിരുന്ന പ്രാഗ്ദിനങ്ങളുടെയും നമ്മുടെ
ഇന്നലെകളുടെയും രേഖകൾ കാക്കുന്ന മുദ്രിതമായ
സ്മൃതിയിൽ നിന്നുയിർകൊണ്ട തരംഗങ്ങളല്ലാതെ
മറ്റെന്താണ് നിങ്ങളുടെ ചിന്തകളും എന്റെ വാക്കുകളും?
തങ്ങളുടെ ജ്ഞാനം പകരുവതിന്നായി ജ്ഞാനികൾ
നിങ്ങൾക്കരികെ വന്നു. ഞാൻ നിങ്ങളുടെ
ജ്ഞാനമെടുക്കുവതിന്നും.
നോക്കൂ, ജ്ഞാനത്തെക്കാൾ മഹത്തരമായത്
ഞാൻ കണ്ടെത്തിയിരിക്കുന്നു.
വളർന്നുകൊണ്ടേയിരിക്കുന്ന ജ്വാലാരൂപിയായ ഒരാത്മാവാണത്.
നിങ്ങളോ അതിന്റെ വികാസത്തെക്കുറിച്ചറിവില്ലാതെ
നിങ്ങളുടെ കൊഴിഞ്ഞുവീഴുന്ന ദിനങ്ങളെ പ്രതി വിലപിക്കുന്നു.
ശവമാടങ്ങളെ ഭയക്കുന്ന ശരീരങ്ങളിൽ

ജീവിതത്തെ തേടുന്ന ജീവിതമാകുന്നു അത്.
ഇവിടെ ശവകുടീരങ്ങളില്ല.
ഈ പർവതങ്ങളും സമതലങ്ങളും തൊട്ടിലും
ചവിട്ടുകല്ലുമാകുന്നു.
നിങ്ങളുടെ പൂർവികരെയടക്കം ചെയ്ത
വയലിനരികിലൂടെ കടന്നുപോകുമ്പോൾ നന്നായി നോക്കുക,
കൈകൾ പരസ്പരം കൊരുത്ത് നിങ്ങളും നിങ്ങളുടെ മക്കളും
നർത്തനമാടുവത് നിങ്ങൾ കാണും.
സത്യത്തിൽ, അറിയാതെ നിങ്ങൾ ആഹ്ലാദമാഘോഷിക്കുന്നു.
മറ്റുചിലർ നിങ്ങൾക്കരികെ വന്നു.
നിങ്ങളുടെ ദൈവവിശ്വാസത്തോടു ചെയ്യപ്പെട്ട
സുവർണ വാഗ്ദത്തങ്ങൾക്കായി.
നിങ്ങളവർക്ക് ശക്തിയും ധനവും മഹത്വവും മാത്രമേകി.
ഒരു വാഗ്ദത്തത്തേക്കാൾ കുറഞ്ഞതേ
ഞാൻ നിങ്ങൾക്കേകിയിട്ടുള്ളൂ.
എന്നിട്ടും നിങ്ങളെന്നോട് കൂടുതൽ ഉദാരമതികളായി.
ജീവിതത്തിനായുള്ള ആഴമേറിയ ദാഹം നിങ്ങളെനിക്കേകി.
ലക്ഷ്യങ്ങളെ വരണ്ട അധരങ്ങളായും
മുഴുജന്മത്തെ ഒരു ജലധാരയായും മാറ്റുന്ന,
അതെക്കാൾ മഹത്തരമായൊരു സമ്മാനം
ഒരാൾക്കും നൽകുവാനില്ല.
ഇതിൽ എന്റെ ബഹുമതിയും പ്രതിഫലവും കുടികൊള്ളുന്നു.
പാനം ചെയ്യുവതിന്നായി ജലധാരക്കടുത്ത്
പോവുമ്പോഴൊക്കെ ജീവജലം സ്വയം ദാഹിക്കുന്നതായി
ഞാൻ കണ്ടു. ഞാനത് പാനം ചെയ്യേ, അതെന്നെയും
പാനം ചെയ്യുന്നു.
സമ്മാനങ്ങൾ സ്വീകരിക്കാതിരിക്കുന്നത്ര
അഭിമാനിയും ലജ്ജാശീലനുമായി നിങ്ങളിൽ ചിലരെന്നെ
കരുതി. കൂലി വാങ്ങാതിരിക്കാൻ മാത്രം
ഞാൻ അഭിമാനിയാണ്. എങ്കിലും സമ്മാനങ്ങളുടെ
കാര്യത്തിലതല്ല.

നിങ്ങളുടെ തീൻമേശയ്ക്കു ചാരെ നിങ്ങളെനിക്കു
സ്ഥാനമേകുമ്പോൾ ഞാൻ മലമുകളിൽ നിന്ന് ബെറിപ്പഴങ്ങൾ
പൊട്ടിച്ചുതിന്നുവെങ്കിലും, നിങ്ങളെനിക്ക് ആഹ്ലാദപൂർവം
അഭയമേകിയപ്പോൾ ഞാൻ
ദേവാലയകവാടത്തിലുറങ്ങിയെങ്കിലും ആഹാരത്തെ
എന്റെ വായയ്ക്കു മധുരതരമാക്കിയതും എന്റെ നിദ്രയെ
ദിവ്യദർശനങ്ങളാൽ വലയം ചെയ്തതും
എന്റെ പകലിരവുകളെക്കുറിച്ചുള്ള നിങ്ങളുടെ
സ്നേഹപൂർണമായ വീക്ഷണമായിരുന്നില്ലേ?
ഇതിനായി ഞാൻ നിങ്ങളെ ഏറെയനുഗ്രഹിക്കുന്നു.
നിങ്ങളേറെ നൽകുന്നു, എന്നാൽ
നൽകിയതായിപ്പോലുമറിയുന്നില്ല.
സത്യത്തിൽ, ഒരു കണ്ണാടിയിൽ തന്നെത്തന്നെയുറ്റു
നോക്കുന്ന ദയ ശിലയായ് മാറുന്നു.
സ്വയം മൃദുനാമങ്ങൾ വിളിക്കുന്ന സത്കർമ്മം പിന്നീട്
ശാപത്തിന്റെ രക്ഷിതാവായി മാറുന്നു.
സ്വന്തം ഏകാകിത പാനം ചെയ്ത് ലഹരിപിടിച്ചവനെന്നും
വേർതിരിഞ്ഞവനെന്നും നിങ്ങളിൽ ചിലരെന്നെ വിളിച്ചു.

    നിങ്ങളോതി: 'അവൻ കാനന വൃക്ഷങ്ങളുമൊത്ത്
കൂടിയാലോചന നടത്തുന്നു; മനുഷ്യരുമായി അതില്ലതാനും'.
'അവനേകനായി കുന്നിൻമീതെയിരിക്കുന്നു.
എന്നിട്ട് നമ്മുടെ നഗരിയെ താഴെ നോക്കിക്കാണുന്നു.'
    ഞാൻ കുന്നേറിയെന്നതും ഏകാന്തമായ ഇടങ്ങളിൽ
ഉലാത്തിയെന്നതും സത്യമാണ്.
ഏറെ ഉയരത്തുനിന്നും ഏറെ അകലത്തുനിന്നുമല്ലാതെ
എങ്ങനെയെനിക്ക് നിങ്ങളെ കാണാനാവുമായിരുന്നു?
ദൂരെയാവാതെ എങ്ങനെയൊരാൾക്ക് അരികിലാവാനൊക്കും?

    നിങ്ങളിൽ ചിലർ വാക്കുകളാലല്ലാതെ എന്നെ വിളിച്ചു.
അവർ പറഞ്ഞു: 'അല്ലയോ അപരിചിതാ,

എത്തിപ്പെടാനാവാത്ത ഉയരങ്ങളുടെ പ്രണയീ,
എന്തേ നീ പരുന്തുകൾ പഞ്ജരമൊരുക്കുന്ന
പർവതോന്നതികളിൽ വസിക്കുന്നു?
പ്രാപ്യമല്ലാത്തതിനെ നീയെന്തിനു തേടുന്നു. നിന്റെ വലയിൽ
നീയേതു കൊടുങ്കാറ്റുകളെ കുരുക്കും?
വാതകാകാരം പൂണ്ട ഏതു പിറാക്കളെയാണ്
നീ ആകാശത്തിൽ വേട്ടയാടുന്നത്.?
വരൂ, ഞങ്ങളിലൊരുവനാവൂ. താഴേക്കിറങ്ങി വരൂ.
'ഞങ്ങളുടെ അപ്പത്താൽ നിന്റെ വിശപ്പും വീഞ്ഞാൽ നിന്റെ
ദാഹവുമണയ്ക്കൂ.'

        അവരുടെ ആത്മാക്കളുടെ ഏകാകിതയാൽ
അവരിക്കാര്യങ്ങൾ പറഞ്ഞു;
എന്നാലവരുടെ ഏകാകിത ആഴമേറിയതായിരുന്നുവെങ്കിൽ
അവരറിയുമായിരുന്നു, ഞാൻ തേടിയത്
നിങ്ങളുടെ ആഹ്ലാദത്തിന്റെയും നോവിന്റെയും
നിഗൂഢതയായിരുന്നെന്നും ഞാൻ വേട്ടയാടിയിരുന്നത്
നിങ്ങളുടെ ആകാശസഞ്ചാരികളായ ബൃഹത് സത്വങ്ങളെ
മാത്രമായിരുന്നെന്നും.
പക്ഷേ വേട്ടയാൾ ഇരയുമായിരുന്നു.
എന്തെന്നാൽ എന്റെയേറെയസ്ത്രങ്ങൾ
എന്റെ നെഞ്ചുതേടുന്നതിനായി മാത്രം
എന്റെ വില്ലിനെയുപേക്ഷിച്ചു.
അതുപോലെ, പറക്കുന്നവൻ ഇഴയുന്നവനുമായിരുന്നു.
എന്തെന്നാൽ എന്റെ ചിറകുകൾ സൂര്യനിൽ പടർന്നപ്പോൾ
അതിന്റെ ഭൂമിക്കുമീതെ പതിച്ച നിഴൽ ഒരാമയായിത്തീർന്നു.
വിശ്വാസിയായ ഞാൻ സംശയാലുവുമായിരുന്നു.
നിങ്ങളെപ്രതി കൂടുതലറിയുന്നതിനായി, നിങ്ങളിലെനിക്ക്
കൂടുതൽ വിശ്വാസമുണ്ടാവുന്നതിനായി പലപ്പോഴും
ഞാനെന്റെ സ്വന്തം മുറിവിൽ വിരൽ തൊട്ടു.
ഈ വിശ്വാസത്തോടെയും അറിവോടെയും ഞാൻ ചൊല്ലുന്നു.

നിങ്ങൾ നിങ്ങളുടെ ശരീരങ്ങളിലടക്കം ചെയ്യപ്പെട്ടിട്ടില്ല.
ഗൃഹങ്ങളിലും വയലുകളിലുമൊതുക്കപ്പെട്ടിട്ടില്ല.
നിങ്ങൾ പർവതങ്ങൾക്കു മീതേ വസിക്കുന്നു.
കാറ്റിനൊപ്പം ചരിക്കുന്നു.
താപത്തിനായി സൂര്യനിലേക്കിഴയുന്ന, സുരക്ഷിതത്വത്തിനായ്
ഇരുളിലേക്ക് മാളങ്ങൾ തുരക്കുന്ന ഒന്നല്ല അത്.
എന്നാൽ അതൊരു സ്വതന്ത്രവസ്തുവാകുന്നു.
ഭൂമിയെ വലയം ചെയ്യുന്ന, അന്തരീക്ഷത്തോടൊപ്പം ചരിക്കുന്ന
ഒരാത്മാവാകുന്നു.
ഇവ അവ്യക്ത വചനങ്ങളെങ്കിൽ അവയെ വ്യക്തമാക്കാൻ
ശ്രമിക്കരുത്. എല്ലാറ്റിന്റെയും തുടക്കം അവ്യക്തവും
ആകൃതിയറ്റതുമാണ്. എന്നാൽ ഒടുക്കമങ്ങനെയല്ല.
നിങ്ങളെന്നെ ഒരു തുടക്കമായോർമിക്കണമെന്നതാണ്
എന്റെയാഗ്രഹം.

ജീവിതവും ജീവികളും വഹിയ്ക്കപ്പെട്ടത്
മൂടൽമഞ്ഞിലാണ്. പരലിലല്ല.
ആരറിയുന്നു, നശിക്കുന്ന മൂടൽമഞ്ഞാകുന്നു പരലെന്ന്.
എന്നെ സ്മരിക്കുന്നതിലൂടെ ഇവയെ നിങ്ങൾ
സ്മരിക്കണമെന്നുണ്ടെനിക്ക്.
നിങ്ങളിലെ ഏറ്റവും ശക്തിയറ്റതും ചകിതവുമാണ്
ഏറ്റവും ശക്തവും നിശ്ചയദാർഢ്യമേറിയതും.
നിങ്ങളുടെ അസ്ഥിഘടനയെ നിവർത്തിയതും
ദൃഢമാക്കിയതും നിങ്ങളുടെ ശ്വാസമല്ലേ?
നിങ്ങളിലാരുംതന്നെ കണ്ടതായിപ്പോലുമോർക്കാത്തൊരു
സ്വപ്നമല്ലേ നിങ്ങളുടെ നഗരിയെ സൃഷ്ടിച്ചത്?
അതിലെ എല്ലാറ്റിനെയും രൂപപ്പെടുത്തിയത്?
ആ ശ്വാസത്തിന്റെ തിരയേറ്റങ്ങൾ നിങ്ങൾ കാണുകയാണെങ്കിൽ
മറ്റൊന്നിനേയും നിങ്ങൾ കാണില്ല.
ആ സ്വപ്നത്തിന്റെ മർമരങ്ങൾ നിങ്ങൾ കേൾക്കുകയാണെങ്കിൽ
മറ്റൊരു നാദവും നിങ്ങൾ കേൾക്കുകയില്ല.

നിങ്ങൾ കാണുകയും കേൾക്കയും ചെയ്യുന്നില്ല. അത് നന്ന്.
നിങ്ങളുടെ കണ്ണുകളെ മറയ്ക്കുന്ന മൂടുപടം
അതുനെയ്ത കൈകളാലെടുത്തു മാറ്റപ്പെടും.
നിങ്ങളുടെ കാതുകളെ നിറക്കുന്ന കളിമണ്ണ് അതു കുഴച്ച
കൈവിരലുകളാൽ ഇളക്കപ്പെടും. അപ്പോൾ നിങ്ങൾ കാണും.
നിങ്ങൾ കേൾക്കും.

എങ്കിലും നിങ്ങൾ അന്ധതയെന്തെന്നറിഞ്ഞതിനെ
പ്രതി ആവലാതിപ്പെടുകയോ ബധിരനായതിനെച്ചൊല്ലി
ഖേദിക്കുകയോ അരുത്.
എന്തെന്നാൽ ആ ദിനം എല്ലാറ്റിന്റെയും നിഗൂഢമായ
ഉദ്ദേശ്യങ്ങൾ നിങ്ങളറിയും. പ്രകാശത്തെ നിങ്ങളനുഗ്രഹിക്കും
പോലെ ഇരുളിനെയും അനുഗ്രഹിക്കും.

ഇക്കാര്യങ്ങൾ പറഞ്ഞുതീർത്ത് അവൻ ചുറ്റുംനോക്കി.
കാറ്റുപിടിച്ച പായകളിലേക്കും അനന്തതയിലേക്കും മാറിമാറി
നോക്കിക്കൊണ്ട് കപ്പലിന്റെ ഗതി നിയന്ത്രിക്കുന്ന
ചക്രത്തിനോരം തന്റെ കപ്പിത്താൻ നിൽക്കുന്നതവൻ കണ്ടു.

അവനോതി:
എന്റെ യാനത്തെ നയിപ്പവൻ,
ഏറെ ക്ഷമാശീലൻ. കാറ്റടിക്കുന്നു. കപ്പൽപായ്കളസ്വസ്ഥം.
ചുക്കാൻ പോലും ദിശ യാചിക്കുന്നു
എന്നാൽ എന്റെ കപ്പിത്താൻ എന്റെ നിശ്ശബ്ദതക്കായി
കാക്കുന്നു, ശാന്തം.
മഹാസമുദ്രത്തിന്റെ സംഘാലാപനം ശ്രവിച്ച എന്റെയീ
നാവികരും ക്ഷമാപൂർവം എന്നെ കേട്ടു.
ഇനിയവർ കാക്കുകയില്ല. ഞാൻ തയ്യാറായി.
നദി സമുദ്രത്തിലണഞ്ഞിരിക്കുന്നു. ഒരിക്കൽക്കൂടി മഹതിയായ
അമ്മ അവളുടെ പുത്രനെ നെഞ്ചോടണക്കുന്നു.

ഓർഫലീസിലെ ജനതേ,
നിങ്ങൾക്ക് നന്മ വരട്ടെ. ഈ ദിനം ഒടുങ്ങി.
ജലത്താമര അതിന്റെ നാളെയിലെന്ന കണക്കേ,
അതു നമുക്കുമേൽ കൂമ്പിയടയുന്നു.
ഇവിടെ നമുക്കേകപ്പെട്ടവ നാം സൂക്ഷിക്കും.
അതു തികയാതെ വന്നാൽ നാമൊന്നായി ദാതാവിങ്കലേക്ക്
നമ്മുടെ കരങ്ങൾ നീട്ടേണ്ടിവരും.
ഞാൻ നിങ്ങളിലേക്ക് തിരികെയണയുമെന്നത് മറക്കരുത്.
കുറച്ചുകാലം കഴിയുമ്പോൾ മറ്റൊരു ശരീരമാവാനായി
പൊടിയും പതയും ഒരുക്കൂടും.
കുറച്ചുകഴിഞ്ഞ് കാറ്റിൽ ഒരു നിമിഷത്തെ വിശ്രാന്തിക്കുശേഷം
മറ്റൊരു സ്ത്രീയെന്നെ ഉദരത്തിൽ വഹിക്കും.
നിങ്ങൾക്കും നിങ്ങൾക്കൊപ്പം ചെലവിട്ട എന്റെ യുവത്വത്തിനും
യാത്ര. ഇന്നലെയായിരുന്നു ഒരു സ്വപ്നത്തിൽ
നാം കണ്ടുമുട്ടിയത്.
എന്റെ ഏകാകിതയിൽ നിങ്ങളെനിക്കായി സംഗീതമാലപിച്ചു.
ഞാൻ നിങ്ങളുടെ മോഹങ്ങളാൽ ഒരു വാനഗോപുരം തീർത്തു.
എന്നാലിപ്പോൾ നമ്മുടെ നിദ്ര ഒഴുകിപ്പോയിരിക്കുന്നു.
നമ്മുടെ സ്വപ്നമവസാനിച്ചു. പുലരിയായിട്ടില്ല.
നമുക്കുമീതെ ഇപ്പോൾ മധ്യാഹ്നമായിരിക്കുന്നു.
നമ്മുടെ പാതിയുണർവ് നിറപകലായിരിക്കുന്നു.
നാമിനി വേർപിരിയണം.
സ്മൃതിയുടെ സാന്ധ്യപ്രകാശത്തിൽ ഒരിക്കൽക്കൂടി
കാണുമെങ്കിൽ നാം വീണ്ടും സംസാരിക്കും.
നിങ്ങളെനിക്കായി ആഴമേറിയൊരു ഗാനം മൂളും.
മറ്റൊരു കിനാവിൽ നമ്മുടെ കരങ്ങൾ പരസ്പരം
കൊരുക്കപ്പെടുകയാണെങ്കിൽ ആകാശത്തിൽ നാം മറ്റൊരു
ഗോപുരം പണിയും.

ഇങ്ങനെയോതി, അവൻ നാവികർക്കൊരടയാളം നൽകി.
അവർ നങ്കൂരമടർത്തി കപ്പലിന് ബന്ധനങ്ങളിൽനിന്നു
മോചനമേകി. കിഴക്കോട്ട് യാത്ര തുടങ്ങി.

ഒരൊറ്റ ഹൃത്തിൽ നിന്നെന്ന പോലെ ജനങ്ങളിൽ
നിന്നൊരു നിലവിളി പുറപ്പെട്ടു. അത് സന്ധ്യയിലേക്കുയർന്നു.
ഉയർന്നൊരു കാഹളധ്വനി പോലെ അത് കടൽമീതെ
വഹിക്കപ്പെട്ടു.

അൽമിത്ര മാത്രം നിശ്ശബ്ദയായി മൂടൽമഞ്ഞിൽ
മാഞ്ഞുപോകുവോളം കപ്പലിനെ നോക്കിനിന്നു.
ആൾക്കൂട്ടം ചിതറിത്തീർന്നു.
അവൾ കടൽഭിത്തിമേൽ അവന്റെ വചനങ്ങൾ ഹൃദയത്തിൽ
സ്മരിച്ചുകൊണ്ടുനിന്നു.

"കുറച്ചുനാൾ കഴിഞ്ഞ് കാറ്റിലൊരു നിമിഷത്തെ
വിശ്രാന്തിക്കുശേഷം മറ്റൊരു സ്ത്രീ
എന്നെ ഉദരത്തിൽ വഹിക്കും".

♦♦♦♦♦